AF081276

ഗ്രീൻ ബുക്സ്

ചേംബർ 333

മാങ്ങാട് രത്നാകരൻ

വടക്കെ മലബാറിലെ ബാര ഗ്രാമത്തിൽ
1962 നവംബർ 25ന് ജനനം.
അച്ഛൻ: കെ.വി. കൃഷ്ണൻനായർ.
അമ്മ: എ. നാരായണിയമ്മ.
വിദ്യാഭ്യാസം: വെടിക്കുന്ന് യു.പി. സ്കൂൾ,
ഉദുമ ഗവൺമെന്റ് ഹൈസ്കൂൾ,
കാസർകോട് ഗവൺമെന്റ് കോളേജ്,
തലശ്ശേരി ഗവ. ബ്രണ്ണൻ കോളേജ്,
ഡൽഹി സർവകലാശാല.
മലയാളത്തിൽ എം.എ. ബിരുദം.
കവിത, നിരൂപണം, യാത്രാവിവരണം,
ചലച്ചിത്രാസ്വാദനം, സമാഹരണം
തുടങ്ങിയ വിഭാഗങ്ങളിലായി
ഇരുപത്തിയഞ്ചു കൃതികൾ.
ഇപ്പോൾ *ഏഷ്യാനെറ്റ് ന്യൂസിൽ*.

സിനിമ പഠനം
ചേംബർ 333

മാങ്ങാട് രത്നാകരൻ

ഗ്രീൻ ബുക്സ്

green books private limited
gb building, civil lane road, ayyanthole,
thrissur- 680 003, kerala, ph: +91 487-2381066, 2381039
website: www.greenbooksindia.com
e-mail: info@greenbooksindia.com

malayalam
chamber 333
film study
by
mangad rathnakaran

first published may 2019
copyright reserved

cover design : prasadan
back cover photo : madhuraj

branches:
thrissur 0487-2422515
palakkad 0491-2546162
thiruvananthapuram 0471-2335301
calicut 0495 4854662
kannur 0497-2763038

isbn : 978-93-87357-74-7

---

no part of this publication may be reproduced,
or transmitted in any form or by any means,
without prior written permission of the publisher.

GBPL/1080/2019

മുഖക്കുറി

ലോകസിനിമയിലേക്ക് ഫിലിം സൊസൈറ്റിയിലൂടെ പിറന്നുവീണ ഒരാൾ, സിനിമ കാണാനും സിനിമയുടെ ചരിത്രം പഠിക്കാനും പൂനയിലും ഡൽഹിയിലും മദിരാശിയിലും കൽക്കത്തയിലും അലഞ്ഞു നടന്ന ഒരാൾ - പത്രപ്രവർത്തകൻ എന്നതിനേക്കാൾ മങ്ങാട് രത്നാകരന്റെ ഇടം സിനിമയാണ്. തന്റെ ലോകസിനിമക്കാഴ്ചകൾ, ദർശനങ്ങൾ, ചലച്ചിത്രാനുഭവങ്ങൾ - സൗന്ദര്യകലാപത്തിന്റെ ഭാഷയിൽ മുനകൂർപ്പിച്ച് എഴുതിയിരിക്കുന്നു.

കൃഷ്ണദാസ്
മാനേജിങ് എഡിറ്റർ

സാനന്ദരാജിന്,
(1944-2014)

ബെർഗ്മാനെച്ചൊല്ലി തർക്കിച്ച
ദിവസങ്ങളുടെ ഓർമ്മയ്ക്ക്.

കലാസിനിമ എന്ന പൊള്ളയായ ആശയം.
കലാസിനിമയിൽ കല തൊട്ടുതെറിച്ചിട്ടില്ല.
റൊബേർ ബ്രസ്സൻ

ഒരു മനുഷ്യന്റെ ഭാവനാലോകം അയാൾക്ക് യാഥാർത്ഥ്യത്തെക്കാൾ പാവനമാണ്. ഒരാളുടെ യാഥാർത്ഥ്യത്തെ നിങ്ങൾ പരിഹസിച്ചാൽ അയാൾ മാപ്പു തന്നെന്നിരിക്കും. ഭാവനാലോകത്തെ കളിയാക്കിയാൽ ഒരിക്കലും മാപ്പുതരില്ല.
ഫെദറികോ ഫെല്ലിനി

കഴിഞ്ഞ ഏഴു വർഷങ്ങളിൽ എഴുതിയ ചലച്ചിത്രാസ്വാദനങ്ങളും വിവർത്തനങ്ങളും അനുഭവക്കുറിപ്പുകളുമാണ് *ചേംബർ 333*യിൽ. ബുനുവലും ഫെല്ലിനിയും താർകോവ്സ്കിയും സൊകുറോവും എന്റെ മുൻകാല ചലച്ചിത്രാസ്വാദന പുസ്തകങ്ങളിലെന്നപോലെ, ഇതിലും കടന്നുവരുന്നു. 'വീട്ടിലേക്ക്' ഇടയ്ക്കിടെ മടങ്ങിയെത്തുന്നതുകൊണ്ടാവാം. ജർമ്മൻ സംവിധായകൻ വെർണർ ഹെർസോഗുമായുള്ള അഭിമുഖത്തിന്റെ ശീർഷകമാണ് ഈ പുസ്തകത്തിന്. എന്റെ *പെണ്ണ്, തോക്ക്, കിടക്ക* എന്ന ചലച്ചിത്രാസ്വാദന പുസ്തകം പ്രകാശനം ചെയ്തത് ഹെർസോഗാണ് (2010). ആ അവസരത്തിൽ അദ്ദേഹത്തോട് സംസാരിക്കാനും കഴിഞ്ഞു. അതിന്റെ സന്തോഷം ചെറുതല്ല. എന്റെ നാലാമത്തെ ചലച്ചിത്രാസ്വാദന പുസ്തകമാണിത്. സ്വീകരിക്കണമേ.

മാങ്ങാട് രത്നാകരൻ

ഉള്ളടക്കം

ഭാഗം ഒന്ന്
ചേംബർ 333 15
താർകോവ്സ്കിപ്പത്ത് 21
താർകോവ്സ്കിപ്പത്തും മറ്റൊരേഴും 27
പ്രെയ്സ് ദ് ലോർഡ് 31
സോകുറോവ് അനുഭവപ്രപഞ്ചങ്ങൾ 40
സോകുറോവിന്റെ ദ്വീപിലേക്ക് ഒരു ചെറുവഞ്ചി 45

ഭാഗം രണ്ട്
ചലച്ചിത്ര ചരിത്രം:
ഒരു സൗന്ദര്യകലാപത്തിന്റെ ഓർമ്മ 51
എഴുന്നേറ്റിട്ടുവേണ്ടേ നാം
എങ്ങോട്ടും സഞ്ചരിക്കുവാൻ? 57

ഭാഗം മൂന്ന്
പിതാവും മാനസപുത്രനും 65
എന്റെ അന്ത്യശ്വാസം 69

ഭാഗം നാല്
പണിതീരാത്ത വീട് 75

അനുബന്ധം
മാർക്സിസ്റ്റ് നിരൂപകന് ഒരു കത്ത് 89
സൂര്യ ചലച്ചിത്രമേള: ഒരു വിയോജനക്കുറിപ്പ് 94

ഭാഗം ഒന്ന്

ചേംബർ 333

I

1982. പേരുകേട്ട കാൻ ചലച്ചിത്രോത്സവത്തിനെത്തിയവരിൽ ചലച്ചിത്ര കലയിൽ പെരുമ നേടിയവരിൽ പലരുമുണ്ട്. ഷോൺ-ലുക് ഗൊദാർദ്, റെയ്‌നർ വെർണർ ഫാസ്ബിന്ദർ, മിക്കയലാഞ്ചലോ അന്തോണിയോണി, യിൽമാസ് ഗുനെ, സ്റ്റീവൻ സ്പീൽബെർഗ് അങ്ങനെ. ജർമ്മൻ ചലച്ചിത്ര കാരനായ വിം വെൻഡേർസും എത്തിയിട്ടുണ്ട്. ഹോട്ടൽ മാർത്തിനെ സിലെ 666 ചേംബറിലായിരുന്നു വെൻഡേർസിന്റെ താമസം. അവിടെ അദ്ദേഹം ഒരു ക്യാമറ തുറന്നുവച്ചിരുന്നു. മേലേ പറഞ്ഞവരെയെല്ലാം അദ്ദേഹം മുറിയിലേക്ക് ക്ഷണിച്ചിരുന്നു. ഓരോരുത്തർക്കും 11 മിനിട്ട് വരുന്ന 16 മില്ലിമീറ്റർ റീൽ നീക്കിവച്ചിരുന്നു.

"സിനിമ എന്ന ഭാഷ കാണെക്കാണെ മറയുകയാണോ, ആ കല മരിക്കാൻ പോവുകയാണോ?"

ഈ ചോദ്യത്തിനുള്ള മറുപടിയാണ് വെൻഡേർസ് അവരിൽനിന്നു പ്രതീക്ഷിക്കുന്നത്.

ഗൊദാർദും ഫാസ്ബിന്ദറും മറുപടി പറഞ്ഞുകഴിഞ്ഞപ്പോൾ നീണ്ടു മെലിഞ്ഞ, മധ്യവയസ്സിലേക്ക് കടന്ന, വിശന്ന മുഖമുള്ള ഒരു കലാകാരൻ പ്രവേശിച്ച് ഇരിപ്പിടത്തിൽ കാലിന്മേൽ കാൽ കയറ്റിവെച്ച് ഇരുന്നു. പിന്നെ ഷൂസും സോക്സും ഊരി ദൂരേക്ക് മാറ്റിവെച്ചു. ഇത്തരം ചോദ്യങ്ങൾക്ക് ഷൂസിട്ട് മറുപടി പറയുക വിഷമമാണെന്ന മുഖവുരയോടെ.

ചലച്ചിത്രകലയുടെ ഇപ്പോഴത്തെ അവസ്ഥ അത്ര നാടകീയമാണെന്ന് ഞാൻ കരുതുന്നില്ല. ഈ ചോദ്യത്തിന്റെ ധ്വനി, എന്റെ അഭിപ്രായത്തിൽ... നമ്മൾ ടെലിവിഷനെ തീരെ ആശ്രയിക്കുന്നില്ല. ടെലിവിഷൻ ഒരു ജൂക്ക് ബോക്സ് മാത്രമാണ്. ചലച്ചിത്ര സൗന്ദര്യശാസ്ത്രം വേറൊന്നാണ്, വ്യത്യസ്തവും. നിങ്ങൾ തിയേറ്ററിനകത്തല്ല, സിനിമയ്ക്കുള്ളിൽ പോലു മല്ല, ഒരു പ്രേക്ഷകനെന്ന നിലയിൽ ചലനാത്മകമായ അസ്തിത്വമാണ്

15

നിങ്ങൾക്കുള്ളത്. ടെലിവിഷൻ നിങ്ങൾക്ക് സ്വിച്ച് ഓഫ് ചെയ്യാം. സിനിമ സ്വിച്ച് ഓഫ് ചെയ്യാനാവില്ല. അതുകൊണ്ട് സിനിമ മരിക്കും എന്ന പേടി എനിക്കില്ല.

ഈയിടെ ന്യൂയോർക്കിൽവച്ച് ഞാനൊരു സുഹൃത്തിനോട് സംസാരിക്കുകയായിരുന്നു. ഒരു നീണ്ട നടത്തത്തിനിടെ ഞങ്ങൾ പല കാര്യങ്ങളും സംസാരിച്ച കൂട്ടത്തിൽ ആ സുഹൃത്ത് എല്ലാ കാര്യങ്ങളും ടെലിവിഷനും വീഡിയോയും ഏറ്റെടുത്തതിൽ ആശങ്ക രേഖപ്പെടുത്തി. വീഡിയോ ക്യാമറ ഉപയോഗിച്ച് സൂപ്പർമാർക്കറ്റിൽനിന്ന് പച്ചക്കറി തെരഞ്ഞെടുക്കാം, ടെലിഫോണിലെയോ കമ്പ്യൂട്ടറിലെയോ ബട്ടൺ അമർത്തി ഭക്ഷണം ഓർഡർ ചെയ്യാം. വീഡിയോയിലൂടെ ബാങ്കിൽനിന്ന് പണം പിൻവലിക്കാം. ക്യാമറയെക്കുറിച്ചോ സിനിമയെക്കുറിച്ചോ എനിക്ക് ആശങ്കയില്ലെന്നു ഞാൻ പറഞ്ഞു. കാരണം അവിടെ സംഭവിക്കുന്നതു വേറെ, ജീവിതം നടക്കുന്നത് വേറെ. ജീവിതം മറ്റെവിടെയോ ആണ്. ജീവിതം അതിന്റെ സകലവൈവിധ്യങ്ങളോടെയും നടക്കുന്നിടത്ത്, ജീവിതം നേരിട്ട് അനുഭവവേദ്യമാകുന്നിടത്ത് സിനിമയുണ്ട്. അതുമാത്രമേ അതിജീവിക്കൂ. അങ്ങനെയേ അതിജീവിക്കാൻ കഴിയൂ. അതുകൊണ്ട്... ഇത്തരം ചോദ്യങ്ങൾ ഉയർത്തുന്ന പ്രശ്നങ്ങളെക്കുറിച്ച് എനിക്ക് ആശങ്കയില്ല. അഥവാ അങ്ങനെ ആശങ്ക പുലർത്തുന്ന അവസാനത്തെ ആൾ ഞാനായിരിക്കും.

ഹെർസോഗ്, കസേരയിലെ കുഷ്യൻ എടുത്ത് മുഖം മറച്ച് ക്യാമറയ്ക്കുനേരെ വരുന്നു. പിന്നെ ഇരുട്ട്.

ഹെർസോഗുമായുള്ള അഭിമുഖം, 2010

II

2010. തിരുവനന്തപുരത്തെ ഒരു ഹോട്ടൽ, 333-ാം നമ്പർ മുറി. ഹെർസോഗ് എന്റെ പുതിയ സിനിമാപുസ്തകമായ *പെണ്ണ് തോക്ക് കിടക്ക* പ്രകാശനം ചെയ്യുകയും ഒരു അഭിമുഖം അനുവദിക്കുകയുമുണ്ടായി. വെൻഡേഴ്സ്, സിനിമയിലെ നാല്പതുകാരൻ അറുപത്തിയെട്ടിലെത്തി നിൽക്കുന്നു. എന്നാലും പ്രസരിപ്പിനു കുറവൊന്നുമില്ല. ചില്ലറ കുശല ങ്ങൾക്കുശേഷം സംഭാഷണത്തിലേക്ക്.

പ്രിയപ്പെട്ട ഹെർസോഗ്, 80-കളിൽ കേരളത്തിലെ ഫിലിം സൊസൈറ്റി കാലഘട്ടത്തിലാണ് താങ്കളുടെ ചിത്രങ്ങൾ ആദ്യമായി കാണുന്നത്. അഗ്വിറെ ദ റാത്ത് ഒഫ് ഗോഡ്, എവരിമാൻ ഫോർ ഹിംസെൽഫ് ഗോഡ് എഗൻസ്റ്റ് ഓൾ *തുടങ്ങിയ സിനിമകൾ. സിനിമയിലെ ആത്മീയതയുടെ ധാരയിൽ താങ്കളുടെ ചിത്രങ്ങൾ വേറിട്ടുനിൽക്കുന്നു. ബെർഗ്മാൻ, ബുനുവൽ, താർകോവ്സ്കി എന്നിവരിൽനിന്നെല്ലാം വ്യത്യസ്തം.*

അതു പറഞ്ഞറിയിക്കാനും മനസ്സിലാക്കാനും വളരെ ബുദ്ധിമുട്ടാണ്. കാരണം, അതു വളരെ നിഗൂഢമാണ്. ബെർഗ്മാന്റെയോ കുറൊസാവ യുടേയോ ബുനുവലിന്റെയോ സിനിമകൾ കാണുമ്പോൾ അതിൽ സവിശേഷമായ ആത്മീയത അനുഭവിക്കാനാവും. ഉദ്ധരണിചിഹ്നമിട്ടു പറയാവുന്ന 'സ്പിരിറ്റ്'. അത് വിശദീകരിക്കാൻ വിഷമമാണ്. പ്രേക്ഷ കർ അനുഭവിക്കേണ്ടതാണത്.

താങ്കളുടെ സിനിമകൾ വളരെയേറെ തെറ്റിദ്ധരിക്കപ്പെട്ടിട്ടുണ്ട്. നീഷേ യുടെ സൂപ്പർ ഹ്യൂമൻ സങ്കല്പമാണ് അതിന്റെ അടിസ്ഥാനമെന്നും ഫാസിസ്റ്റ് പ്രത്യയശാസ്ത്രത്തിലേക്ക് അതിന് അധികം ദൂരമില്ലെന്നും മറ്റും. എങ്ങനെയാണ് താങ്കൾ ഈ വിമർശനങ്ങളോട് പ്രതികരിച്ചത്, പ്രതികരിക്കുന്നത്?

എന്റെ സിനിമകൾ എങ്ങനെ വിശേഷിപ്പിക്കപ്പെടുന്നു എന്നത് ഞാൻ കാര്യമായി എടുക്കാറില്ല. ഉദാഹരണത്തിന് *അഗ്വിറെ* എടുത്തപ്പോൾ അതി നെക്കുറിച്ച് മോശപ്പെട്ട നിരൂപണങ്ങൾ വന്നു. ഈ മോശം നിരൂപണ ങ്ങളെ എന്റെ സിനിമകൾ അതിജീവിക്കുമെന്ന് എനിക്ക് ഉറപ്പായിരുന്നു. അത്രയേറെ ആത്മവിശ്വാസം എനിക്കുണ്ട്. മറ്റൊന്ന് മഹത്തായ, മനോ ഹരമായ നിരൂപണങ്ങൾ ഒരു സിനിമയെ മഹത്ത്വപ്പെടുത്തുകയുമില്ല. മോശം നിരൂപണങ്ങൾ അതിനെ മോശമാക്കുകയുമില്ല. ഞാൻ നിരന്തര മായി സിനിമകളെടുത്ത്, എന്റെ സ്വപ്നവും ദർശനവും അതിലൂടെ വ്യക്ത മാക്കി. നിരൂപണത്തിലെ മാറിമാറി വരുന്ന പ്രവണതകളോട് എനിക്ക് അശേഷം താത്പര്യമില്ല.

താങ്കളുടെ പ്രിയപ്പെട്ട നടനാണ് ക്ലൗസ് കിൻസ്കി. കിൻസ്കിയും താങ്കളും തമ്മിലുള്ള ബന്ധം ഒരു ദുഃസ്വപ്നംപോലെയാണെന്നാണ് ഞാൻ

കിൻസ്കി, അഗിറെ, ദ റാത്ത് ഓഫ് ഗോഡ് എന്ന ചിത്രത്തിൽ

ഹെർസോഗും കിൻസ്കിയും

മനസ്സിലാക്കിയിട്ടുള്ളത്. താങ്കൾ കിൻസ്കിയിലൂടെ സ്വയം ആവിഷ്കരിക്കാൻ ശ്രമിക്കുന്നു. ഫെല്ലിനി മർച്ചെല്ലോ മസ്ത്രൊയാനിയിലൂടെയെന്ന പോലെ?

അങ്ങനെയല്ല. സത്യത്തിൽ ഫെല്ലിനിയും മസ്ത്രൊയാനിയും തമ്മിലുള്ള ബന്ധം ഗാഢമാണെന്നതു ശരിതന്നെ. പക്ഷേ, കിൻസ്കിയാണെങ്കിൽ മെരുക്കാൻ തീരെ പറ്റാത്ത പ്രകൃതക്കാരൻ. ഭ്രാന്തവും വിഹ്വലവുമായ മുഹൂർത്തങ്ങൾ സൃഷ്ടിക്കും. സെറ്റ് നശിപ്പിക്കും. പുകയുന്ന അഗ്നിപർവതംപോലെ, മെരുക്കിയെടുക്കേണ്ട വന്യമൃഗത്തെപ്പോലെ. അതു വേറൊരു തരമാണ്. എന്റേതുമായി താരതമ്യപ്പെടുത്തുമ്പോൾ ഫെല്ലിനി–മസ്ത്രൊയിയാനി ബന്ധം ഒരു തരം 'കിന്റർഗാർട്ടൻ അഫയർ' ആണ്.

കിൻസ്കി താങ്കളുടെ ആൾട്ടർ ഈഗോ ആണോ?

ഒരർത്ഥത്തിൽ അതെ, ഒരു സിനിമയിലൂടെ സ്വയം ആവിഷ്കരിക്കാൻ ശ്രമിക്കുമ്പോൾ അങ്ങനെ വരാം. പക്ഷേ, ഒരു നടനെന്ന നിലയിൽ ആ വ്യക്തിയുമായി അകൽച്ച സൂക്ഷിച്ചില്ലെങ്കിൽ അത് അനാരോഗ്യകരമായിരിക്കും.

നേരത്തെ സിനിമയിലെ ആത്മീയതയെക്കുറിച്ച് പറഞ്ഞു. ആത്മീയതയേക്കാൾ ജീവിതത്തിന്റെ നിഗൂഢതയാണെന്ന് തോന്നുന്നു താങ്കളുടെ പ്രമേയം.

എന്നെ സംബന്ധിച്ചിടത്തോളം കാര്യങ്ങൾ വളരെ ലളിതമാണ്. മോശപ്പെട്ട, വളരെ മോശപ്പെട്ട സിനിമകളിൽ നിന്നാണ് ഞാൻ പഠിച്ചിട്ടുള്ളത്. പക്ഷേ, മഹത്തായ സിനിമകൾ കാണുമ്പോൾ, ഉദാഹരണത്തിന് ബുനുവലിന്റെ *ലോസ് ഒൾവീദാദോസ്* കാണുമ്പോൾ, ആ പടത്തെ മഹത്തരമാക്കിത്തീർക്കുന്നതെന്തെന്ന് വിശദീകരിക്കാൻ എനിക്കറിഞ്ഞുകൂടാ. ഞാൻ അത്ഭുതസ്തബ്ധനായി ആ പടത്തിനുമുന്നിൽ നിന്നുപോകുന്നു. അതുപോലെ, കുറൊസാവയുടെ *റാഷമോൺ*. തീർത്തും നിഗൂഢമാണത്, അതിന്റെ നിഗൂഢതയിലേക്ക് പ്രവേശിക്കാൻ എനിക്കാവുന്നില്ല, താത്പര്യവുമില്ല. പറഞ്ഞല്ലോ, മോശപ്പെട്ട പടങ്ങളിൽ നിന്നാണു ഞാൻ പഠിച്ചിട്ടുള്ളത്.

മനുഷ്യമനസ്സിന്റെ ഇരുണ്ടവശം താങ്കളുടെ ചിത്രങ്ങളിൽ കാണാം. താങ്കളുടെ മുൻതലമുറയിൽപ്പെട്ട നാട്ടുകാരനായ ഫ്രിറ്റ്സ് ലാംഗിന്റെ ചിത്രങ്ങളുടെ സ്വഭാവം തന്നെ അതാണല്ലോ. താങ്കളുടെ ചിത്രങ്ങൾ ഫ്രിറ്റ്സ് ലാംഗിന്റെ തുടർച്ചയാണോ?

എന്നുവേണമെങ്കിൽ പറയാം. താങ്കൾക്കും അങ്ങനെയാണല്ലോ തോന്നിയത്. 1920–കളിലെ നിശ്ശബ്ദ ചിത്രങ്ങളും ഞാൻ ഇപ്പോൾ ചെയ്യുന്നതുമായി ഒരു തുടർച്ച ഏതായാലും ഉണ്ട്. വില്യം മൺറോ, 1924–ൽ

സംവിധാനം ചെയ്ത *നൊസ്ഫെറാതു* എന്ന നിശ്ശബ്ദ സിനിമ ഞാൻ റീമേക്ക് ചെയ്തു. രണ്ട് കാലഘട്ടങ്ങൾ തമ്മിലുള്ള ചലച്ചിത്ര സംസ്കാരവുമായി ബന്ധപ്പെടുത്താനായിരുന്നു അത്.

താങ്കൾ ഇപ്പോഴും സർഗാത്മകതയുടെ വസന്തകാലം ആഘോഷിക്കുന്നു. കഴിഞ്ഞ വർഷം താങ്കൾ രണ്ടു ചിത്രങ്ങൾ എടുത്തല്ലോ. സമഗ്രസംഭാവനയ്ക്കുള്ള പുരസ്കാരം സ്വീകരിക്കാനാണല്ലോ താങ്കൾ ഇവിടെയെത്തിയത്. താങ്കളുടെ സംഭാവനകൾ തീർന്നിട്ടില്ല എന്നു സാരം.

ഇല്ല, തീർന്നിട്ടില്ല (ചിരി). കഴിഞ്ഞ വർഷം രണ്ടു സിനിമകളെടുത്തു. *മൈ സൺ മൈ സൺ വാട്ട് ഹാവ് യു ഡൺ, ബാഡ് ലഫ്റ്റനൻഡ്: പോർട്ട് ഒഫ് കാൾ ന്യൂ ഓർലിയൻസ്* എന്നിവ. രണ്ടാമത്തേത്, നിക്കോളാസ് കേജിനെ വച്ചെടുത്തത്. *കേവ് ഒഫ് ഫൊർഗോട്ടൺ ഡ്രീംസ്* എന്ന ഒരു ഡോക്യുമെന്ററിയും എടുത്തു. പിന്നെ ചലച്ചിത്രസംബന്ധിയായ ഒരു പുസ്തകമെഴുതി. മൂന്നാമത്തെ സിനിമയുടെ പണിപ്പുരയിലാണ്. അതെ, ഞാൻ നിരന്തരമായി പണിയെടുക്കുകയാണ്.

റെയ്നർ വെർണർ ഫാസ്ബിന്ദറും താങ്കളും തമ്മിലുള്ള ബന്ധത്തെക്കുറിച്ച് പറയാമോ?

എനിക്ക് വളരെ അടുത്തറിയാമായിരുന്നു. ജർമ്മൻ സംവിധായകരിൽ എനിക്കേറ്റവും ഇഷ്ടവും അടുപ്പവും ഫാസ്ബിന്ദറുമായിട്ടായിരുന്നു. അഗ്നിപർവതസമാനമായ ഊർജ്ജമായിരുന്നു അദ്ദേഹത്തിന്. നന്നേ ചെറുപ്പത്തിൽ, 36-ാം വയസ്സിൽ മരിക്കുമ്പോൾ, 40-ലേറെ സിനിമകൾ സംവിധാനം ചെയ്തു, പുറമെ ധാരാളം തിരക്കഥകൾ, നാടകങ്ങൾ. 25 സിനിമകളിൽ അഭിനയിക്കുകയും ചെയ്തു. അവിശ്വസനീയമായിരുന്നു ആ ജീവിതം.

ഏകാന്തതയെ ഭയമായിരുന്നതുകൊണ്ടാണ് നിരന്തരമായി കലാസൃഷ്ടികളിൽ മുഴുകിയത് എന്ന് ഫാസ്ബിന്ദർ പറഞ്ഞിരുന്നു. ഇക്കാര്യത്തിൽ വിശേഷിച്ചും ഞാൻ ഫാസ്ബിന്ദറിനെയാണ് പിന്തുടരുന്നത്.

2011

■

താർകോവ്സ്കിപ്പത്ത്

ലിയൊനിഡ് കൊസിയോവ്

വിവ: മാങ്ങാട് രത്നാകരൻ

***ച**ലച്ചിത്രകലയിലെ രാജശില്പി ആന്ദ്രേ താർകോവ്സ്കി ഓർമയായിട്ട് കാൽനൂറ്റാണ്ടു തികഞ്ഞു. 1986 ഡിസംബർ 29-ന് പാരീസിലെ ഒരാശുപത്രിയിൽ 54-ാം വയസ്സിൽ അദ്ദേഹം അന്ത്യശ്വാസം വലിച്ചു.*

ദസ്തയെവ്സ്കിയുടെ നോവലുകൾ ഉൾപ്പെടെ നൂറോളം സിനിമകൾ സ്വപ്നത്തിൽ സാക്ഷാത്കരിച്ച താർകോവ്സ്കിക്ക് ഏഴ് കഥാസിനിമകളും മൂന്നു ഹ്രസ്വചിത്രങ്ങളും ഒരു ടെലിവിഷൻ ഡോക്യുമെന്ററിയും മാത്രമേ പൂർത്തിയാക്കാനായുള്ളൂ. സമാനതകളില്ലാത്ത ചലച്ചിത്രപ്രപഞ്ചമാണത്, ചലച്ചിത്രകലയുടെ സർഗചൈതന്യത്തിന്റെ നിദർശനങ്ങളും.

1972-ൽ, സൊളാരിസ് *സംവിധാനം ചെയ്ത വർഷത്തിൽ, താർകോവ്സ്കി സുഹൃത്തായ ലിയൊനിഡ് കൊസിയോവുമായി സംസാരിച്ചു. പ്രശസ്തമായ* സൈറ്റ് ആൻഡ് സൗണ്ട് *മാസികയാണ് ഈ അനുഭവക്കുറിപ്പിന്റെ ഇംഗ്ലീഷ് പരിഭാഷ ആദ്യമായി പ്രസിദ്ധീകരിച്ചത് (1993-വാല്യം 3, ലക്കം 3).*

1972 ഏപ്രിലിലെ നനഞ്ഞുകുതിർന്ന ദിവസം ഞാൻ ഇന്നലെയെന്നപോലെ ഓർക്കുന്നു. തുറന്ന ജനാലയ്ക്കരികെ ഞങ്ങൾ പല കാര്യങ്ങളും പറഞ്ഞിരിക്കുകയായിരുന്നു. സംഭാഷണം എങ്ങനെയോ ഓട്ടാർ ലോസലിയാനിയുടെ *വൺസ് അപോൺ എ ടൈം ദേർ ലിവ്ഡ് എ സിംഗിങ് ബ്ലാക്ബേർഡ്* എന്ന സിനിമയിൽ ചെന്നുനിന്നു.

"അത് നല്ല സിനിമയാണ്," താർകോവ്സ്കി പറഞ്ഞു. "അതു നന്നായിട്ടുണ്ടെങ്കിലും കുറെയൊക്കെ..." ആ വാക്യം പൂർത്തിയാക്കാതെ അദ്ദേഹം മൗനത്തിലേക്ക് വീണു. കൃഷ്ണമണികൾ വട്ടംചുറ്റുന്നുണ്ടായിരുന്നു.

പലതരം ആലോചനകൾ അദ്ദേഹത്തിന്റെ മനസ്സിലൂടെ കടന്നുപോകുന്നത് ഞാൻ അനുഭവിച്ചു. നഖം കടിച്ചുതുപ്പി, പിന്നെ ഉറപ്പിച്ചു പറഞ്ഞു:

ആന്ദ്രേ താർകോവ്സ്കി

“അല്ല! അല്ല! അതു വളരെ നല്ല സിനിമയാണ്.”

ഈ ഘട്ടത്തിൽ ഞാൻ താർകോവ്സ്കിയോട് അദ്ദേഹത്തിന് പ്രിയപ്പെട്ട പത്തോ അതിലേറെയോ സിനിമകളുടെ പട്ടിക തയ്യാറാക്കാമോ എന്നു ചോദിച്ചു. എന്റെ അഭ്യർത്ഥന അദ്ദേഹം വളരെ ഗൗരവത്തോടെയാണെടുത്തത്. ഒരു കഷണം കടലാസിന് മുന്നിലേക്ക് തലകുനിച്ച്, കുറെയേറെ നിമിഷങ്ങൾ ഗാഢചിന്തയിലാഴ്ന്നു. പിന്നെ, സംവിധായകരുടെ ഒരു പട്ടിക അദ്ദേഹം കുറിച്ചിട്ടു-ബുനുവൽ, മിസോഗുചി, ബെർഗ്മാൻ, ബ്രസ്സൻ, കുറൊസാവ, അന്തോണിയോണി, വിഗോ. കുറച്ചുനേരംകൂടി ആലോചിച്ച് ഡ്രെയർ എന്ന പേരുകൂടി കൂട്ടിച്ചേർത്തു. പിന്നീട് സിനിമകളുടെ ഒരു പട്ടിക ശ്രദ്ധാപൂർവം അക്കമിട്ട് എഴുതി. പട്ടിക തയ്യാറായിക്കഴിഞ്ഞു എന്നു തോന്നിച്ചു. പക്ഷേ പെട്ടെന്ന് അപ്രതീക്ഷിതമായ ഒരു സിനിമ കൂടി ചേർത്തു-*സിറ്റി ലൈറ്റ്സ്.*

അദ്ദേഹം തയ്യാറാക്കിയ അന്തിമപട്ടിക ഇതാണ്:

1. ലെ ഴേർണാൽ ദുൽ ക്യുറെ കംപാഞ്ഞ്

2. വിന്റർ ലൈറ്റ്

3. നസറീൻ

4. വൈൽഡ് സ്ട്രോബറീസ്

5. സിറ്റി ലൈറ്റ്സ്

6. ഉഗെത്സു മോണോഗതാരി

7. സെവൻ സമുറായ്

8. പെർസോണ

9. മുഷെത്ത്

10. വുമൺ ഓഫ് ദ ഡ്യൂൺസ്

ഈ പട്ടിക ടൈപ്പ് ചെയ്ത് എ. താർകോവ്സ്കി, 16.4.72 എന്ന് ഒപ്പിട്ടു. പിന്നീട് ഞങ്ങൾ സംഭാഷണത്തിലേക്ക് തിരിഞ്ഞു. സ്വാഭാവികമായും അദ്ദേഹം വിഷയം മാറ്റി. തന്റെ നർമഭാസുരമായ ശൈലിയിൽ വലിയ കാര്യമില്ലാത്ത മറ്റു ചില കാര്യങ്ങൾ സംസാരിച്ചു. ഇരുപതുവർഷത്തിനു ശേഷം തിരിഞ്ഞുനോക്കുമ്പോൾ, ഈ സിനിമകളുടെ പട്ടിക എങ്ങനെ താർകോവ്സ്കിയെത്തന്നെ പ്രതിഫലിപ്പിക്കുന്നു എന്നു ഞാൻ അമ്പരപ്പോടെ മനസ്സിലാക്കുന്നു.

കഴിഞ്ഞ കുറെ കാലങ്ങളായി വിഖ്യാത സംവിധായകൻ തയ്യാറാക്കി വിവിധ മാസികകൾക്കു നൽകിയ ‘മികച്ച പത്ത്’ പട്ടികപോലെതന്നെ താർകോവ്സ്കിയുടെതും വളരെ സവിശേഷമായ വെളിപ്പെടുത്തലാണ്. തെരഞ്ഞെടുപ്പിന്റെ കണിശതയും കടുകിട വ്യതിചലിക്കാത്ത സൗന്ദര്യബോധവുമാണ് അതിൽ തെളിഞ്ഞുകാണുന്നത്. *സിറ്റി ലൈറ്റ്സ്* ഒഴികെ

റോബേർ ബ്രസ്സൻ

ഒരൊറ്റ നിശ്ശബ്ദ സിനിമയോ, മുപ്പതുകൾ തൊട്ട് നാല്പതുകൾവരെയും ഉള്ള ഒരൊറ്റ സിനിമയോ ഇല്ല.

അതിനുള്ള കാരണം ലളിതമാണ്. സിനിമയുടെ ആദ്യത്തെ അമ്പതു വർഷങ്ങൾ യഥാർത്ഥ ചലച്ചിത്ര സാക്ഷാത്കാരത്തിന്റെ നാന്ദികുറിക്കലായേ താർകോവ്സ്കി കണ്ടിരുന്നുള്ളൂ. ദോവ്ഷെങ്കോയെയും ബാർണെറ്റിനെയും അദ്ദേഹം വളരെ ഉയരത്തിൽ പ്രതിഷ്ഠിച്ചിരുന്നുവെങ്കിലും സോവിയറ്റ് സിനിമയിൽ ഒന്നുപോലും പട്ടികയിൽ ഇടംപിടിക്കാത്തതിനു കാരണം, യഥാർത്ഥ ചലച്ചിത്രങ്ങൾ സോവിയറ്റ് യൂണിയനു പുറത്താണു പിറന്നത് എന്ന വിശ്വാസം മൂലമാകാനാണിട. സോവിയറ്റ് യൂണിയനിലെ ഒരു ചലച്ചിത്രകാരനെന്ന നിലയിൽ തനിക്ക് അഭിമുഖീകരിക്കേണ്ടിവന്ന കയ്പുറ്റ അനുഭവങ്ങളും ഇത്തരമൊരു 'കടുത്ത തീരുമാന'ത്തിലേക്ക് നയിച്ചിരിക്കാം.

താർകോവ്സ്കിയെ സംബന്ധിച്ചിടത്തോളം ഒരു ചലച്ചിത്രകാരന്റെ കല എത്ര മനോഹരമാണെന്നല്ല, ആ കല എത്തിച്ചേരുന്ന ഉദാത്തതയാണു മുഖ്യം. സാന്ദ്രവും ഗാഢവുമായ ആത്മീയ സംഘർഷങ്ങളും തീവ്രമായ അസ്തിത്വവാഞ്ഛകളും രചനയിലൂടെ സാക്ഷാത്കരിച്ച *ആന്ദ്രേ റുബ്ലേവി*ന്റെ സംവിധായകൻ, അത്തരം ഉദാത്തതയെ പ്രാപിക്കാത്ത ഏതു സിനിമയും തിരസ്കരിക്കാനേ വഴിയുള്ളൂ. ബെർഗ്മാന്റെ മൂന്നു ചിത്രങ്ങൾ പട്ടികയിൽ ഇടംനേടിയതിൽനിന്നുതന്നെ ഒരു സംവിധായകനെന്ന നിലയിലും പ്രേക്ഷകനെന്ന നിലയിലും അദ്ദേഹത്തിന്റെ അഭിരുചി സ്പഷ്ടമാണ്. പ്രേക്ഷകനെയാണ് സംവിധായകനേക്കാൾ മേലേ അദ്ദേഹം പ്രതിഷ്ഠിച്ചത്.

തനിക്കേറ്റവും ഇഷ്ടപ്പെട്ട പത്തു സിനിമകൾ അക്കമിട്ടു നിരത്തുമ്പോൾ, തന്റെ പ്രിയപ്പെട്ട പടങ്ങളെ മാത്രമല്ല ഇഷ്ടസംവിധായകരെയും അദ്ദേഹം മനസ്സിൽ പ്രതിഷ്ഠിച്ചിരിക്കണം. *സാക്രിഫൈസി*ന് വളരെ മുമ്പു തന്നെ താർകോവ്സ്കിയും ബെർഗ്മാനും തമ്മിലുള്ള 'അഗാധമായ ആത്മൈക്യം' ചർച്ച ചെയ്യപ്പെട്ടിരുന്നു. പക്ഷേ, ബ്രസ്സന്റെ പടം പട്ടികയിൽ പ്രഥമസ്ഥാനം അലങ്കരിക്കുന്നത് യാദൃച്ഛികമല്ല. ഏറ്റവും ഔന്നത്യത്തിലുള്ള സർഗാത്മക വ്യക്തിത്വമായാണ് താർകോവ്സ്കി ബ്രസ്സനെ കണ്ടത്. "റൊബേർ ബ്രസ്സനാണ്, എന്നെ സംബന്ധിച്ചിടത്തോളം യഥാർത്ഥ കലാകാരന് ഉദാഹരണം - കലയുടെ ഉന്നതവും വസ്തുനിഷ്ഠവുമായ നിയമങ്ങൾക്കകത്താണ് അദ്ദേഹത്തിന്റെ കല. പ്രശസ്തിയുടെ സമ്മർദ്ദങ്ങളെ അതിജീവിച്ച് സ്വന്തം കല സൃഷ്ടിച്ച ഒരേയൊരു വ്യക്തിയാണ് ബ്രസ്സൻ."

പട്ടികയിൽ *സിറ്റി ലൈറ്റ്സി*ന്റെ അപ്രതീക്ഷിതമായ തിരനോട്ടവും ഇതേ മട്ടിൽ വിശദീകരിക്കാനാവുമെന്നാണ് എനിക്കു തോന്നുന്നത്. സിനിമയുടെ സാക്ഷാത്കാരത്തിലുള്ള മേന്മയോ അതുന്നയിക്കുന്ന ദാർശനിക പ്രശ്നങ്ങളോ അല്ല, മറിച്ച് ഒരു സംവിധായകനെന്ന നിലയിൽ

ചാപ്ലിന്റെ ആത്മസാക്ഷാത്കാരമാണ് താർകോവ്സ്കി വിലപ്പെട്ടതായി കരുതിയത്.

"ചലച്ചിത്രചരിത്രത്തിൽ തങ്കലിപികളിൽ രേഖപ്പെടുത്താവുന്ന ഒരേയൊരു പേര് ചാർളി ചാപ്ലിന്റേതാണെന്ന കാര്യത്തിൽ തരിമ്പും സംശയിക്കാനില്ല. അദ്ദേഹം സൃഷ്ടിച്ച സിനിമകൾക്ക് മരണമില്ല."

താർകോവ്സ്കി തെരഞ്ഞെടുത്ത മികച്ച പത്തു സിനിമകളുടെ പട്ടിക, താർകോവ്സ്കിയുടെതന്നെ രചനാത്മക ചലച്ചിത്ര സാക്ഷാത്കാരത്തിന്റെ മാനിഫെസ്റ്റോ ആണ്.

2011

കുറിപ്പ്

താർകോവ്സ്കി സൂചിപ്പിച്ച സിനിമയുടെ സംവിധായകർ:
1. റൊബേർ ബ്രസ്സൻ *(ഡയറി ഓഫ് എ കൺട്രി പ്രീസ്റ്റ്)* 2. ഇംഗ്മർ ബെർഗ്മാൻ 3. ലൂയി ബുനുവൽ 4. ബെർഗ്മാൻ 5. ചാർളി ചാപ്ലിൻ 6. കെഞ്ചി മിസോഗുചി 7. അകിര കുറൊസാവ 8. ബെർഗ്മാൻ 9. ബ്രസ്സൻ 10. ഹിരോഷി തെഷിഗഹാര.

താർകോവ്സ്കിപ്പത്തും മറ്റൊരേഴും

കന്യാകുമാരിയിൽ കടൽ ശാന്തമാണ്. അസ്തമയച്ഛായയിൽ കടൽ വിഷാദമൂകനായ കാമുകനെപ്പോലെ സ്വയം നഷ്ടപ്പെട്ടു. ജാലകം മുഴുക്കെ തുറന്നിട്ട്, കാറ്റിൽ കുളിച്ച്, കാഴ്ചകളിലും ശബ്ദത്തിലും അലിഞ്ഞുനിൽക്കുമ്പോൾ, രംഗബോധമില്ലാത്ത കോമാളിയായ കൈഫോൺ ശബ്ദിച്ചു. ശല്യം! നോക്കുമ്പോൾ 'അൺനോൺ നമ്പർ' എന്ന് എഴുതിയിരിക്കുന്നു. ഭാഗ്യം! എടുക്കേണ്ടല്ലോ.

മൂന്നാംവട്ടവും ചിലച്ചപ്പോൾ എന്തും വരട്ടെയെന്നു വിചാരിച്ച് എടുത്തു. മറുതലയ്ക്കൽ സ്ത്രീശബ്ദം. സ്ത്രീശബ്ദമെന്നു പറഞ്ഞാൽ പോരാ, നേർത്തു മധുരം കിനിയുന്ന സ്ത്രീശബ്ദം. എസ്. ജാനകി, "സൂര്യകാന്തി..." എന്നു തുടങ്ങുമ്പോലെ. "പൊട്ടാ" എന്ന സംബോധന. സന്തോഷിച്ചു. ഞാൻ പൊട്ടൻ തെയ്യത്തിന്റെ നാട്ടുകാരനല്ലേ!

"താർകോവ്സ്കിപ്പത്ത്' വായിച്ചു. താർകോവ്സ്കിയുടെ പത്തിൽ ഫെല്ലിനി ഇല്ലാത്തതെന്തേ?"

ങ്ഹാ, ശബ്ദസുന്ദരി മാത്രമല്ല! സർഗ്ഗസുന്ദരികൂടിയാണ്!

(ആത്മഗതം): അതു താർകോവ്സ്കിയോട് ചോദിക്കണം എന്നു പറയാവുന്നതേയുള്ളൂ. വേണ്ട, പിണങ്ങി ഫോൺ വെച്ചാലോ? ശബ്ദമാധുരി നിലയ്ക്കില്ലേ?

(പ്രകാശം): "ഇനി താർകോവ്സ്കിയോട് ചോദിക്കാമെന്നുവെച്ചാൽ, അദ്ദേഹം ഇല്ലല്ലോ."

"അതല്ല. 'ആര്?' എന്ന പേരിൽ നീ പണ്ടൊരു ലേഖനം എഴുതിയില്ലേ? അതിൽ താർകോവ്സ്കിയുടെ ഡയറിയിലെ, "എന്റെ *ആന്ദ്രേ റുബ്ലേവ്*വാണ് ബെർഗ്മാൻ നാളിതുവരെ കണ്ട ഏറ്റവും മികച്ച ചിത്രമെന്ന് ബീബി ആൻഡേഴ്സനോട് പറഞ്ഞത്രെ, ഞാൻ ഫെല്ലിനിയേക്കാൾ കേമനാണത്രേ" എന്ന ഭാഗം വിവർത്തനം ചെയ്ത് ചേർത്തിരുന്നില്ലേ? നീയതോർക്കുന്നില്ലേ?"

നീ! യാരോ, ഇവൾ യാരോ! എന്ന പേരോ?

“ആരാണ്...?’’ എന്റെ ശബ്ദം ഇടറി, “അതാദ്യം പറയൂ.”

ചില്ലുടഞ്ഞു ചിതറുമ്പോലെ പൊട്ടിച്ചിരി മുഴങ്ങി. “തിരക്കില്ലല്ലോ... ഫെല്ലിനിയുടെ കാര്യം?”

“1972-ലാണ് താർകോവ്സ്കി ഈ പത്തു ചിത്രങ്ങൾ തെരഞ്ഞെടുത്തത്. അടുത്ത കൊല്ലത്തെ ഡയറിയിലാണ് ഫെല്ലിനിയെക്കുറിച്ചുള്ള പരാമർശം. ഒരു കലാകാരന്റെ ഇഷ്ടാനിഷ്ടങ്ങൾ മാറാൻ ഒരു വർഷം തന്നെ ധാരാളമല്ലേ?” ഞാൻ ചോദിച്ചു.

“മൂന്നു ചിത്രങ്ങൾ ബെർഗ്മാന്റെ, രണ്ടെണ്ണം ബ്രസ്സന്റെ... അഞ്ചെണ്ണം അങ്ങനെ പോയി,” അവൾ ആശ്വസിപ്പിക്കാനെന്നതുപോലെ പറഞ്ഞു.

“അതാണു വലിയ കലാകാരന്മാരുടെ വിശേഷം. അവർ പരപ്പിലേക്കല്ല, ആഴത്തിലേക്ക് പോകും. ഒരേ സിനിമ അവർ പലവട്ടം കാണും, ഒരേ പുസ്തകം പലവട്ടം വായിക്കും... ഒരേ ചിത്രം പലവട്ടം വരയ്ക്കും. സെസേൻ അങ്ങനെയല്ലേ?”

“ബെർഗ്മാനും താർകോവ്സ്കിയും തമ്മിലുള്ള അഗാധമായ ആത്മൈക്യത്തെക്കുറിച്ച് എഴുതിയല്ലോ. താർകോവ്സ്കിയേക്കാൾ വലിയ കലാകാരനാണോ ബെർഗ്മാൻ?”

“അറിഞ്ഞുകൂടാ, എന്താണ് അളവുകോൽ? അതെ, അവർ തമ്മിലുള്ള ആത്മൈക്യം അത്രയ്ക്ക് അഗാധമാണ്. താർകോവ്സ്കി മരിച്ചപ്പോൾ, അദ്ദേഹത്തിന്റെ ഒരു ചങ്ങാതി *സൈറ്റ് ആൻഡ് സൗണ്ടിൽ* അനുസ്മരണക്കുറിപ്പിൽ എഴുതി. അവർ തമ്മിൽ - *സാക്രിഫൈസ്* എടുക്കാൻ സ്വന്തം കാമറാമാൻ സ്വെൻ നിക്വിസ്റ്റിനെ വിട്ടുകൊടുക്കുകയും മറ്റെല്ലാ സഹായങ്ങളും ചെയ്തിട്ടുകൂടി - കണ്ടിരുന്നില്ല. ഒരു കാഴ്ച ഒഴികെ. സ്വീഡനിൽ ഒരിക്കൽ ഒരു ചിത്രപ്രദർശനശാലയിൽ ഒരേ സമയത്ത് എത്തിപ്പെട്ടപ്പോൾ, താർകോവ്സ്കിയുടെ സഹായി ചൂണ്ടിക്കാട്ടി. “അതാ ബെർഗ്മാൻ,” എന്നു പറഞ്ഞു. ബെർഗ്മാന്റെ സഹായി “അതാ, താർകോവ്സ്കി,” എന്നും. രണ്ടുപേരുടേയും കണ്ണുകൾ ഒരു നിമിഷം ഇടഞ്ഞു. പിന്നെ രണ്ടുപേരും തീയിൽ തൊട്ടാലെന്നപോലെ പിൻവലിഞ്ഞ് രണ്ടു വഴിക്കുപോയി.”

“അത്ഭുതമായിരിക്കുന്നു” അവൾ പറഞ്ഞു: “ബെർഗ്മാൻ നിന്റെ കലാകാരനല്ലെന്ന് എഴുതിയിരുന്നില്ലേ?”

“എന്തോ, ഓർക്കുന്നില്ല.”

“നുണ പറയല്ലേ. അതുപോട്ടെ, നിന്റെ പത്ത് ഏതെല്ലാം?”

“നീ ആരാണ്?”

“നിന്റെ പത്തു പറഞ്ഞാൽ പറയാം.”

“സത്യമായിട്ടും?”

“സത്യമായിട്ടും.”

“അരമണിക്കൂർ കഴിഞ്ഞു വിളിക്കുമോ?”

“പിന്നെന്താ,” അവൾ ചിരിച്ച് ഫോൺ വെച്ചു.

അവൾ സ്റ്റോപ്പ് വാച്ചും കൊണ്ടിരിക്കുകയാണെന്ന് തോന്നുന്നു. 9 മിനിറ്റ് 59 സെക്കന്റ് കഴിഞ്ഞപ്പോൾ കൈഫോൺ ശബ്ദിച്ചു. അവൾ ആരെന്നറിയാനുള്ള വ്യഗ്രതയിൽ ധൃതിപ്പെട്ട് പറഞ്ഞു:

“കുറിച്ചെടുത്തോളൂ. പക്ഷേ തെളിവ് അവശേഷിപ്പിക്കരുത്.”

“ഇതെന്താ, വിവാഹിതന്റെ പ്രേമലേഖനമോ?” അവൾ ചിരിച്ചു.

“എന്തു കുന്തവുമാകട്ടെ, ഇതാ,”

1. *വേജസ് ഓഫ് ഫിയർ* (ക്ലൂസോ)
2. *ബാറ്റിൽഷിപ് പോതെംകിൻ* (ഐസൻസ്റ്റീൻ)
3. *നസറീൻ* (ബുനുവൽ)
4. *ബൈസിക്ക്ൾ തീവ്സ്* (ഡി സീക്ക)
5. *എട്ടര* (ഫെല്ലിനി)
6. *ഓ ഹസാർ ബാൽത്തസാർ* (ബ്രസ്സൻ)
7. *സ്റ്റോക്കർ* (താർകോവ്സ്കി)
8. *വിന്റർ ലൈറ്റ്* (ബെർഗ്മാൻ)
9. *സിറ്റി ലൈറ്റ്സ്* (ചാപ്ലിൻ)
10. *ലൈഫ് ഓഫ് മാത്യു* (ലെസിയാൻസ്കി)
11. *വീക്കെൻഡ്* (ഗൊദാർദ്)

ബെർഗ്മാൻ

"പത്തുമതി. പതിനൊന്നിനെന്തു കാര്യം? വേണമെങ്കിൽ പതിമൂന്നാകാം," അവൾ പറഞ്ഞു.

"വേണ്ട," ഞാൻ പറഞ്ഞു.

"എന്നാൽ ശരി." അവൾ പറഞ്ഞു.

"ഇനി പറയൂ, ആരാണ് നീ?"

"ഞാൻ..."

സർഗസുന്ദരി പൂർത്തിയാക്കുംമുമ്പേ നാദം നിലച്ചുപോയി. വിശ്വാസം വരാതെ കണ്ണുതിരുമ്മി എഴുന്നേറ്റിരുന്നു. ഛെ, ഛെ, വെളിപ്പെടുത്തേണ്ടിയിരുന്നില്ല. പിന്നെ, സ്വയം ആശ്വസിച്ചു, സാരമില്ല, സ്ത്രീകൾക്കായി നമ്മൾ എന്തുതന്നെ ത്യാഗങ്ങൾ ചെയ്യാറില്ല!

2012

കുറിപ്പുകൾ

1. 24.1.12-ന്, പാലക്കാട് ചിറ്റൂരിൽ 'പാഞ്ചജന്യം ചലച്ചിത്രോത്സവ'ത്തിൽ ഫെദറികോ ഫെല്ലിനിയുടെ *അമർകോർഡ്* കണ്ട ദിവസത്തെ സ്വപ്നം.

2. താർകോവ്സ്കി തെരഞ്ഞെടുത്ത പത്തു ചിത്രങ്ങൾ: 1. *ലെഴോർണാൽ ദുൽ ക്യുറെ കംപാഞ്ഞ്* (ബ്രസ്സൻ). 2. *വിന്റർ ലൈറ്റ്* (ബെർഗ്മാൻ). 3. *നസറീൻ* (ബുനുവൽ) 4. *വൈൽഡ് സ്ട്രോബറീസ്* (ബെർഗ്മാൻ) 5. *സിറ്റി ലൈറ്റ്സ്* (ചാപ്ലിൻ). 6. *ഉഗെത്സു മോണോഗതാരി* (മിസോഗുചി). 7. *സെവൻ സമുറായ്* (കുറൊസാവ). 8. *പെർസോണ* (ബെർഗ്മാൻ). 9. *മുഷെത്ത്* (ബ്രസ്സൻ). 10. *വുമൺ ഓഫ് ദ ഡ്യൂൺസ്* (തെഷിഗഹാര).

■

പ്രെയ്സ് ദ് ലോർഡ്!

ഫെറൂച്ചോ ദ ബൊർത്തോളി: *സിനിമ അങ്ങേക്ക് ഒരഭിനിവേശമാണല്ലോ.* ലാഗ്രാൻഡെ ബെല്ലെഥാ *ഓസ്കർ നേടിയല്ലോ. ആ* പടം *കാണുമോ?*

ഫ്രാൻസിസ് മാർപ്പാപ്പ: *അറിഞ്ഞുകൂടാ.* ബെനിഞ്ഞിയുടെ ലൈഫ് ഈസ് ബ്യൂട്ടിഫുൾ *ആണ് ഒടുവിൽ കണ്ടത്. അതിനു മുമ്പ് ഫെല്ലിനിയുടെ* ലസ്ത്രാദ *കണ്ടു. ഒരു മാസ്റ്റർ പീസ്. (ആന്ദ്രെ) വായ്ദയേയും എനിക്കിഷ്ടമായിരുന്നു.*

ലസ്ത്രാദയുടെ പോസ്റ്റർ: ജൂലിയറ്റ മസീന, ആന്റണി ക്വിൻ

ഫെദറികോ ഫെല്ലിനി

'ഏതൊരു മനുഷ്യനെയുംപോലെ ചിരിക്കുകയും കരയുകയും ഉറങ്ങുകയും ചെയ്യുന്ന, ധാരാളം സുഹൃത്തുക്കളുള്ള' ഫ്രാൻസിസ് മാർപാപ്പ (ഹോർഹെ മാരിയോ ബെർഗോഗ്ലിയോ) ഒരഭിമുഖത്തിൽ ഇങ്ങനെ പറഞ്ഞുകേട്ടപ്പോൾ വിശ്വാസം വരാതെ ഒരിക്കൽകൂടി വായിച്ചു. അത്ഭുതമേ! ഒരു മധുരപ്രതികാരം. പ്രെയ്സ് ദ് ലോർഡ്!

ശിക്ഷിതനല്ലാത്തതുകൊണ്ടോ വിവാദത്തിലേക്ക് വലിച്ചിടേണ്ടെന്ന് കരുതിയോ അഭിമുഖകാരൻ ഫെല്ലിനിയുടെ *ലാ ഡോൾചാ വീറ്റ*യെ (1960) കുറിച്ച് ചോദിച്ചില്ല. അത്ര പുകിലായിരുന്നുവല്ലോ ആ ചിത്രം ഉണ്ടാക്കിയത്. അതിനെ മറവിയിൽ കുഴിച്ചുമൂടാനും അഭിമുഖകാരൻ ആഗ്രഹിച്ചിരിക്കാം.

ലാ ഡോൾചാ വീറ്റ തുടങ്ങുന്നത്, കൈകൾ ഉയർത്തി അനുഗ്രഹം ചൊരിയുന്ന യേശുവിന്റെ വലിയൊരു പ്രതിമ റോമാ നഗരത്തിന്റെ പുരാതനമായ അവശിഷ്ടങ്ങളുടെ മുകളിലൂടെ ഒരു ഹെലികോപ്റ്ററിൽ തൂക്കിയിട്ടുകൊണ്ടുപോകുന്ന ദൃശ്യത്തോടെയാണ്. വിശുദ്ധ പത്രോസ് ദേവാലയത്തിലേക്കാണ് യാത്ര. പിന്നാലെ വരുന്ന മറ്റൊരു ഹെലികോപ്റ്ററിൽ കഥാനായകനായ മർചെല്ലോയും ഫോട്ടോഗ്രാഫർ ചങ്ങാതിയുമാണ്, ഒരു ടാബ്ലോയിഡിനുവേണ്ടി അതു റിപ്പോർട്ട് ചെയ്യുക എന്ന ദൗത്യവുമായി.

ഒരു കെട്ടിടത്തിന്റെ മട്ടുപ്പാവിൽ സൂര്യസ്നാനം ചെയ്യുന്ന സുന്ദരികൾ യേശുപ്രതിമ കൊണ്ടുപോകുന്നതുകണ്ട് അത്ഭുതപ്പെട്ട് എങ്ങോട്ടാണ് അതു കൊണ്ടുപോകുന്നതെന്ന് പിന്നാലെയുള്ള ഹെലികോപ്റ്ററിലെ പത്രക്കാരോട് വിളിച്ചുചോദിക്കുന്നു. "മാർപാപ്പയ്ക്ക് കൊടുക്കാൻ കൊണ്ടുപോവുകയാണ്." അഥവാ അങ്ങനെയാണവർ കേട്ടത്.

ആ സീക്വൻസിൽ ലോകം കിടുങ്ങി. യേശുവിന്റെ രണ്ടാംവരവിനെ അപഹസിക്കുന്ന ഹീനരംഗമായി പള്ളി അതിനെ വിലയിരുത്തി. വത്തിക്കാന്റെ മുഖപത്രമായ *ലോസ്സെർവത്തോറെ റൊമാനോ*, "തിന്മയ്ക്കും പാപകർമത്തിനും ദുർമാർഗ്ഗത്തിനുമുള്ള പ്രേരണയായും," "അസാന്മാർഗികതയിലൂടെയുള്ള സദാചാരപ്രവൃത്തി"യായും ആ പടത്തെ വിലയിരുത്തി. 'കത്തോലിക്ക് ആക്ഷൻ' പടം പിൻവലിക്കണമെന്ന് മുറവിളി കൂട്ടി.

ഫെല്ലിനിച്ചിത്രത്തെ പ്രശംസിച്ച പ്രസിദ്ധ നോവലിസ്റ്റ് ആൽബർട്ടോ മൊറാവിയ പടത്തെക്കുറിച്ച് നയിച്ച ഒരു ചർച്ച ഏറ്റുമുട്ടലിൽ കലാശിച്ചു. പൊലീസിനെ വിളിക്കേണ്ടിവന്നു. മിലാനിൽ ചിത്രം പ്രദർശിപ്പിച്ചപ്പോൾ ഒരാൾ 'പിതൃഭൂമിയുടെ പേരിൽ' ഫെല്ലിനിയുടെ മുഖത്ത് കാർക്കിച്ചു തുപ്പി.

ഒറ്റരാത്രികൊണ്ട് 'കുപ്രസിദ്ധ'മായിത്തീർന്ന ആ പടത്തെക്കുറിച്ചുള്ള അപവാദവ്യവസായം ഫെല്ലിനിയേയും ഉലയ്ക്കാതിരുന്നില്ല.

മർച്ചെല്ലോ മസ്ത്രൊയാനിയും അനീറ്റ എക്ബർഗും
*ലാ ഡോൾചാ വീറ്റ*യിൽ

“ഞാനതു കാര്യമാക്കുന്നില്ലെന്ന് പരസ്യമായി പറഞ്ഞെങ്കിലും ഉള്ളിന്റെ ഉള്ളിൽ അതെന്നെ മഥിച്ചു. ഒരു പള്ളിയുടെ വാതിലിൽ ഒട്ടിച്ച ഒരു പോസ്റ്റർ എന്റെ കണ്ണിൽപ്പെട്ടു. ഒരു കറുത്ത ബോർഡിൽ എന്റെ പേരെഴുതിയതിന്റെ മുകളിൽ ഇങ്ങനെ എഴുതിയിരുന്നു. “ഫെദറികോ ഫെല്ലിനിയെന്ന മഹാപാപിയുടെ ആത്മാവിന്റെ മോക്ഷത്തിനായി നമുക്ക് പ്രാർത്ഥിക്കാം.”[2]

ഫെല്ലിനി കുറെക്കൂടി വ്യക്തമായി കാര്യങ്ങൾ വിശദീകരിച്ചു:

“*ലാ ഡോൾചാ വീറ്റ* എന്ന ശീർഷകം ഞാൻ ഉദ്ദേശിച്ച മട്ടിലല്ല മനസ്സിലാക്കപ്പെട്ടത്. ‘മധുരജീവിതം’ എന്നതിനേക്കാൾ ‘ജീവിതത്തിന്റെ മാധുര്യം’ എന്നാണ് ഞാൻ അർത്ഥമാക്കിയത്. വിരുദ്ധോക്തിയോടെ ഞാൻ പറഞ്ഞ കാര്യങ്ങൾ നേരെചൊവ്വേ വായിക്കപ്പെട്ടു. ഞാൻ വിചാരിച്ചതിന്റെ വിപരീതാർത്ഥത്തിൽ വ്യാഖ്യാനിക്കപ്പെട്ടു. എന്റെ ഉദ്ധരണികൾ വിപരീതാർത്ഥത്തിൽ എന്നെ വേട്ടയാടി.”[3]

യേശുവിനുശേഷമുള്ള 2000 വർഷങ്ങൾ എന്ന പേരിടാനാണത്രെ ഫെല്ലിനി ഉദ്ദേശിച്ചത്.[4] അങ്ങനെയെങ്കിൽ എന്താകുമായിരുന്നു? ഊഹിക്കാനേ കഴിയൂ.

‘മഹാപുരുഷന്മാർ സമൂഹത്തിന് ഒരത്യാഹിത’മാണെന്ന ചീനത്തിലെ പഴമൊഴി ഫെല്ലിനിയുടെ കാര്യത്തിലും തെറ്റിയില്ല. *ഡോൾചാ വീറ്റ*ക്ക് മുമ്പുതന്നെ ഫെല്ലിനിയുടെ മറ്റു സിനിമകൾ, വിശേഷിച്ചും *ലസ്ത്രാദ,*

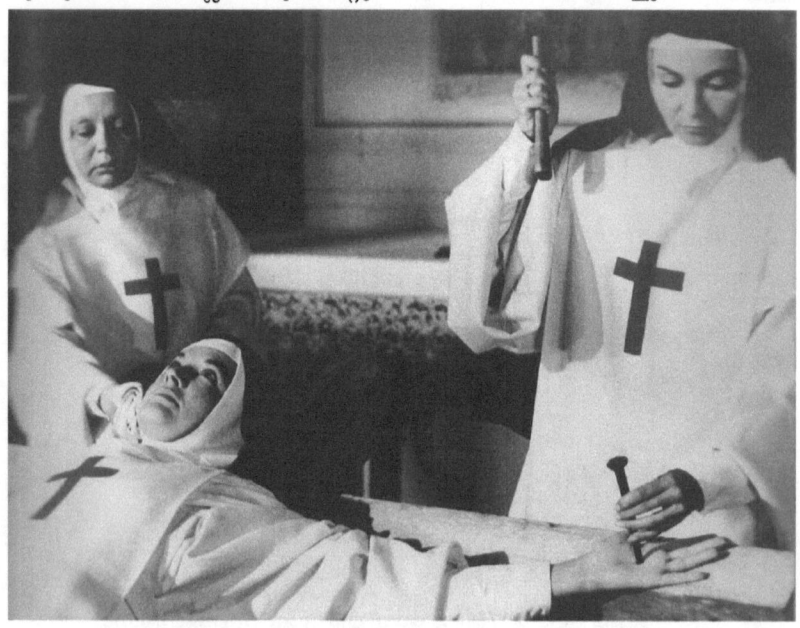

*മിൽക്കി വേ*യിലെ ഒരു രംഗം

ഇൽ ബിദോണി, ലാനോട്ടി ദി കബീരിയ എന്നീ ചിത്രങ്ങൾ, സമൂഹത്തിന്റെ സ്വാസ്ഥ്യം കെടുത്തിയിരുന്നു. മതപക്ഷക്കാരെയും ഇടതു-വലതു-മധ്യ പക്ഷക്കാരെയുമെല്ലാം അവ ചകിതരാക്കി.

സ്വിസ് ജെസ്യൂട്ട് പുരോഹിതനായ ഡോ. ചാൾസ് റൈനേർട്ട് ഫെല്ലിനി ചിത്രങ്ങളിലെ ആത്മീയസങ്കല്പം എന്താണെന്ന് ആരാഞ്ഞെഴുതി.

നല്ലവനും മാന്യനുമായ ആ പുരോഹിതന് ഫെല്ലിനി അതേ മാന്യത യോടെ തിരിച്ചെഴുതി:

“പ്രിയപ്പെട്ട ഫാദർ, അതു വയ്യ. കാരണം, എന്റെ ചിത്രങ്ങളിലൂടെ ജീവിതത്തെക്കുറിച്ചുള്ള ഒരു പ്രത്യേക സങ്കല്പം വികസിപ്പിച്ചെടു ക്കാൻ ഞാൻ ശ്രമിച്ചിട്ടില്ല. എനിക്കു പറയാനാവുന്നത് ഇത്ര മാത്രമാണ്. മറ്റു പലരെയുംപോലെത്തന്നെ സ്വന്തം അനുഭവങ്ങളിലൂടെ ജീവി ക്കുന്ന, എനിക്കു ചുറ്റുമുള്ള ലോകത്തെ വിനയത്തോടെ, ആദരവോടെ, ജിജ്ഞാസയോടെ, അതിലെല്ലാമുപരി സ്നേഹത്തോടെ കാണുന്ന ഒരു മനുഷ്യനാണു ഞാൻ. ഈ സ്നേഹം ആർദ്രതയായും ദയാവായ്പായും പടരുന്നു. ഞാൻ ഒരു അശുഭാപ്തിവിശ്വാസിയല്ല. ആകാനൊട്ടു താത്പര്യവുമില്ല. തിന്മയുടേയും അനീതിയുടേയും കാപട്യത്തിന്റേയും ഇരകളായിത്തീർന്ന മനുഷ്യജീവികളോടാണ് എന്റെ പ്രാഥമിക താത്പര്യം.”[5]

ഉറഞ്ഞുകൂടി ഒഴുക്കില്ലാതായ ഏതു ആശയവും ചലനാത്മകമായ ഏതു ആശയങ്ങളെയും ആവിഷ്കാരങ്ങളെയും പേടിക്കുമല്ലോ. ഫ്രാൻസിസ് മാർപാപ്പയ്ക്ക് മഹത്തായ സൃഷ്ടി എന്ന് ബോധ്യമായ *ലസ്ത്രാദ*, ഇറ്റലിയിലെ ഒരു മാർക്സിസ്റ്റ് നിരൂപകനും എഴുത്തുകാരനു മായ മാസ്സിമോ പുച്ചീനിക്ക് അതിറങ്ങിയ കാലത്ത് മാർക്സിസ്റ്റ് വിരുദ്ധ മായാണ് തോന്നിയത്, അങ്ങനെ എഴുതിപ്പിടിപ്പിക്കുകയും ചെയ്തു. ഫാദർ റൈനേർട്ടിനെഴുതിയതുപോലെയല്ലാതെ, കടുപ്പിച്ചും പഠിപ്പിച്ചും ഫെല്ലിനി മറുപടിയെഴുതി. സമകാലീന ചിന്തകരെ ഉദ്ധരിച്ചാൽ അവരും മാർക്സിസ്റ്റ് വിരുദ്ധരെന്ന് ലേഖകൻ വിചാരിച്ചേക്കാമെന്ന് കരുതി യിട്ടാകാം ഏംഗൽസിനെവരെ ഫെല്ലിനി ഉദ്ധരിച്ചു. തന്റെ അനുഭവങ്ങളി ലൂടെ തന്റെ സർഗാത്മക ചിന്തയുടെ സത്ത ഫെല്ലിനി അവതരിപ്പിച്ചു. “ആധുനിക മനുഷ്യരെന്ന നിലയിൽ നാം അഭിമുഖീകരിക്കുന്ന പ്രധാന പ്രശ്നം ഏകാന്തതയാണ്. അതു നമ്മുടെ സത്തയുടെ അഗാധതകളിൽ നിന്ന് ഉത്ഭവിക്കുന്നു. പൊതു ആഘോഷങ്ങൾക്കോ രാഷ്ട്രീയ മുറവിളി കൾക്കോ അതിനെ ഇല്ലാതാക്കാനാവുമെന്ന് പ്രതീക്ഷിക്കാനാവില്ല. മനു ഷ്യനും മനുഷ്യനും തമ്മിലുള്ള സമ്പർക്കത്തിലൂടെ മാത്രമേ ഈ ഏകാ ന്തത ഭഞ്ജിക്കാനാവൂ എന്നു ഞാൻ കരുതുന്നു.”[6]

ഡോൾചാ വീറ്റ എടുത്ത അതേ വർഷത്തിൽ കാതങ്ങൾ അകലെ മെക്സിക്കോയിൽ, ഫെല്ലിനിയുടെ കണക്കിൽ ലോകത്തിലെ ഏറ്റവും മഹാനായ സംവിധായകൻ ലൂയി ബുനുവൽ *വിറിദിയാന* എടുത്തപ്പോഴും

മിൽക്കി വേ, യേശു താടി വടിക്കണോ എന്ന ചിന്തയിൽ

'മതവ്രണം വികാരപ്പെട്ടു'. വത്തിക്കാൻ മുഖപത്രം കത്തോലിക്കർക്കു നേരെ മാത്രമല്ല ക്രിസ്തീയതയ്ക്കുതന്നെ നേരെയുള്ള ആക്രമണമായി വിലയിരുത്തി. മതനിന്ദയായിരുന്നോ ഉദ്ദേശിച്ചതെന്ന ചോദ്യത്തിന് ബുനുവൽ പതിവുള്ളപോലെ തണുത്തുവിറങ്ങലിച്ച മട്ടിലുള്ള മറുപടി നൽകി. "ഞാൻ ബോധപൂർവം മതനിന്ദ ഉദ്ദേശിച്ചിട്ടില്ല. പക്ഷേ, ഇത്തരം കാര്യങ്ങളിൽ എന്നേക്കാൾ അറിവ് മാർപാപ്പ ജോൺ ഇരുപത്തിമൂന്നാമനാണ്."[7]

മറ്റൊരിക്കൽ ബുനുവൽ കുറെക്കൂടി വിശദീകരിച്ചു:

"യഥാർത്ഥത്തിൽ *വിറിദിയാന*, ല്യുമൊർനുവ (കറുത്ത ഫലിതം) ആണ്. നിർദയവും നശീകരണാത്മകവുമാണത്. പക്ഷേ, ആസൂത്രിതമല്ല, നൈസർഗികമാണുതാനും. എന്റെ ബാല്യത്തിലെ മതാത്മകവും ലൈംഗികവുമായ ഭൂതാവേശങ്ങൾ അതിൽ ഉൾക്കൊള്ളിച്ചിട്ടുണ്ട്. തികഞ്ഞ കത്തോലിക്ക കുടുംബത്തിലാണ് ഞാൻ ജനിച്ചത്. ജെസ്യൂട്ട് സ്വാധീനത്തിലാണ് എട്ടു വയസ്സു മുതൽ പതിനഞ്ചു വയസ്സുവരെ ഞാൻ വളർന്നത്."[8] പക്ഷേ, ബുനുവൽ *മിൽക്കീവേ* (1969) എടുത്തപ്പോൾ വത്തിക്കാൻ മറുകൈ കൊണ്ട് തലോടി. യേശുവിനെ ഒരിക്കൽ 'കീടം' (worm) എന്നു വിളിച്ച ബുനുവൽ പക്ഷേ, കന്യാമറിയത്തിൽ മുഗ്ധനായിരുന്നു. 'വഴിപിഴച്ചവൻ' കുറേശ്ശെയെങ്കിലും വഴിക്കുവന്നുവല്ലോ എന്ന് വത്തിക്കാൻ സമാധാനിച്ചിരിക്കാം.

ബുനുവലിന്റെ ഇടതുപക്ഷ സുഹൃത്തുക്കളാണ് ഇത്തവണ വിറളി പിടിച്ചത്. നോവലിസ്റ്റ് ഹൂലിയോ കൊർത്താസർ പടം കണ്ടുകൊണ്ടിരിക്കെ പാതിവഴിക്ക് ഇറങ്ങിപ്പോയി. വത്തിക്കാനാണോ പടത്തിന് കാശുമുടക്കിയതെന്ന് കൊർത്താസർ ക്രൂരഫലിതം തൊടുത്തത്രെ. നോവലിസ്റ്റ് കാർലോസ് ഫ്യൂവന്തസിനാകട്ടെ 'ഈ മതവിരുദ്ധ യുദ്ധചിത്രം' കണ്ടിട്ടും കണ്ടിട്ടും മതിയായില്ല. എന്നു മാത്രമല്ല, അതിനെ വാഴ്ത്തി ഒന്നാന്തരം ലേഖനവും എഴുതി (ദ മിൽക്കീവേ: ദ ഹെററ്റിക്സ് പ്രോഗ്രസ്). ഇക്കഥ പറഞ്ഞ് ബുനുവൽ ആത്മകഥയിൽ നിർമമനായി ചിരിക്കുന്നുണ്ടല്ലോ."[9]

സ്വച്ഛവും സ്വതന്ത്രവും ഉത്തമവുമായ സർഗാവിഷ്കാരങ്ങളെ നിശ്ചിതമായ കള്ളികളിലൊതുക്കുന്ന മറിമായമാണ് നമ്മൾ കണ്ടത്. അതു മനസ്സിൽ കണ്ടാകാം, ഒരു *മിൽക്കീവേ* അനുഭവം ബുനുവൽ പറഞ്ഞത്. "കോപ്പൻഹേഗനിൽ (ഫ്രഞ്ചിൽ, ഡാനിഷ് സബ്ടൈറ്റിലോടുകൂടി) *മിൽക്കിവേ* കളിച്ചുതുടങ്ങിയപ്പോൾ ഒരു വലിയ സംഘം ജിപ്സികൾ (ആണും പെണ്ണും കുട്ടികളും. അവർക്ക് ഡാനിഷോ ഫ്രഞ്ചോ അറിയാമായിരുന്നില്ല) വന്ന് ടിക്കറ്റെടുത്ത് പടം കണ്ടു. തിരിച്ചുപോയി വീണ്ടും വീണ്ടും വന്നുകണ്ടു. തിയറ്റർ ഉടമയ്ക്കു വലിയ കൗതുകമായി. എന്തിനാണവർ വീണ്ടും വീണ്ടും വരുന്നത്? ഉടമയ്ക്ക് അവരുടെ ഭാഷ

അറിയാത്തതിനാൽ സംഭാഷണങ്ങളെല്ലാം വൃഥാവിലായി. അവരെ അവരുടെ പാട്ടിനു വിടുകയേ നിവൃത്തിയുണ്ടായിരുന്നുള്ളൂ."[10]

ഫെല്ലിനിയെക്കുറിച്ച് പറഞ്ഞു കാടുകയറി. ഇങ്ങനെയൊരു കാടുകയറ്റത്തിനിടയാക്കിയത് വാക്കുകളെ അതിന്റെ എല്ലാ വിശുദ്ധിയോടെയും ഉപയോഗിക്കുന്ന വിശുദ്ധ പിതാവിന്റെ ഫെല്ലിനി പ്രകീർത്തനമാണല്ലോ. 'ഉദ്ദേശ്യശുദ്ധിയാൽ മാപ്പുനൽകിൻ.'

ഫെല്ലിനിയുടെ സർഗവസന്തകാലത്ത് (1950–1990) പിയൂസ് പന്ത്രണ്ടാമൻ തൊട്ട് ജോൺ പോൾ രണ്ടാമൻ വരെ അഞ്ചു മാർപാപ്പമാർ വാണു. ജോൺ ഇരുപത്തിമൂന്നാമനായിരുന്നു *ഡോൾചാ വീറ്റ*ക്കാലത്തെ വിശുദ്ധ പിതാവ്. ഫെല്ലിനിയുടെ കാലത്തെ മാർപാപ്പയായിരിക്കാൻ ഫ്രാൻസിസ് മാർപാപ്പയ്ക്ക് ഭാഗ്യമുണ്ടായിരുന്നെങ്കിൽ? എങ്കിൽ, ഒരു വാക്കിൽ തീരുമായിരുന്നു?

അവിശ്വാസിയാണെങ്കിലും ഫ്രാൻസിസ് മാർപാപ്പയുടെ കൈ മുത്താൻ കൊതി തോന്നുന്നു. പണ്ടൊരിക്കൽ, വിശുദ്ധ പത്രോസ് ദേവാലയത്തിൽവെച്ച് ജോൺ പോൾ രണ്ടാമൻ മാർപാപ്പയുടെ കൈ മുത്താൻ അവസരം കൈവരുമായിരുന്നിട്ടും മടിച്ചതാണ്. പൊന്നുരുക്കുന്നിടത്ത് പൂച്ചയ്ക്കെന്തു കാര്യം? അഥവാ, ഇഷ്ടകവി സച്ചിദാനന്ദൻ മാറ്റിപ്പറഞ്ഞതുപോലെ പൂച്ചകൾ ഉരുകുന്നിടത്ത് പൊന്നിനെന്തു കാര്യം?

സത്യത്തിന്റെ പൊന്നുരുക്കുന്നിടത്ത് പൂച്ചയ്ക്ക് കാര്യമുണ്ട്.

ബൊർത്തോളി: *ഇപ്പോൾ വായിച്ചുകൊണ്ടിരിക്കുന്ന പുസ്തകം ഏതാണ്?*

മാർപാപ്പ: ദാമിയാനോ മാർസോട്ടോ എഴുതിയ *പീറ്റർ ആൻഡ് മഗ്ദലന.* പള്ളിയുടെ സ്ത്രൈണസത്ത അന്വേഷിക്കുന്ന മനോഹരമായ പുസ്തകം.

ബൊർത്തോളി: *സാക്ഷാൽ വിശുദ്ധ ഫ്രാൻസിസിന് ഉല്ലാസപ്രദമായ യൗവനകാലമാണുണ്ടായിരുന്നത്. എപ്പോഴെങ്കിലും പ്രേമത്തിൽ വീണിട്ടുണ്ടോ?*

മാർപാപ്പ: *ഇൽ ജെയ്സുയിത്ത* എന്ന പുസ്തകത്തിൽ പതിനേഴു വയസ്സുള്ളപ്പോൾ എനിക്കൊരു കൂട്ടുകാരി ഉണ്ടായിരുന്നതിനെക്കുറിച്ചുള്ള കഥ പറയുന്നുണ്ട്. അബ്രഹാം സ്കോർകയുമായി ചേർന്നെഴുതിയ *സ്വർഗത്തിലും ഭൂമിയിലും* എന്ന പുസ്തകത്തിലും ഇക്കാര്യം പറയുന്നുണ്ട്. സെമിനാരിയിലായിരുന്നപ്പോൾ ഒരു പെൺകുട്ടിയോടുള്ള പ്രേമത്തിൽ ആകെ പെട്ടുപോയിരുന്നു, ഒരാഴ്ചക്കാലം.

ബൊർത്തോളി: *അനുചിതമാവില്ലെങ്കിൽ ചോദിക്കട്ടെ, അതെങ്ങനെ അവസാനിച്ചു?*

മാർപാപ്പ: അതെല്ലാം ചെറുപ്പത്തിലെ കാര്യമല്ലേ? ഞാനത് കുമ്പസാരിച്ചിട്ടുണ്ട് (വിടർന്ന പുഞ്ചിരി).[11]

2014

കുറിപ്പുകൾ

1, 11. ഇറ്റാലിയൻ ദിനപത്രമായ *കൊറിയെറെ ദെല്ലാ സേരയുടെ* എഡിറ്റർ ഇൻ ചീഫ് ഫെറുച്ചോ ദ ബൊർത്തോളിക്ക് അനുവദിച്ച അഭിമുഖം. 2014 മാർച്ച് 5. വിവർത്തനം: എസ്റ്റഫാനിയ അഗ്വിറെ, അലൻ ഹോൾഡ്രൻ. www.catholicnewsagency.com

2, 3. ഷാർലോട്ട് ചാൻഡ്‌ലർ, *ഐ, ഫെല്ലിനി*, റാൻഡം ഹൗസ്, ന്യൂയോർക്ക് 1995.

4. പീറ്റർ ബോണ്ടാനെല്ല, *ഇറ്റാലിയൻ സിനിമ: ഫ്രം നിയോ റിയലിസം ടു ദ പ്രസന്റ്*, കണ്ടിന്വം, ന്യൂയോർക്ക്, 2001.

5,6. *ഫെല്ലിനി ഓൺ ഫെല്ലിനി*, ഡി കാപോ പ്രസ്, ന്യൂയോർക്ക് 1976,

7. ബിൽ ക്രോൺ, *ലൂയി ബുനുവൽ കംപ്ലീറ്റ് ഫിലിംസ്*, താഷൻ, കൊളോൺ.

8. ലൂയി ബുനുവൽ, 'വിറിദിയാന', *എൻ അൺസ്പീക്കബ്ൾ ബിട്രെയൽ*, യൂനിവേഴ്സിറ്റി ഓഫ് കാലിഫോർണിയ പ്രസ്, ബെർക്‌ലി, 2001.

9,10. ലൂയി ബുനുവൽ, *മൈ ലാസ്റ്റ് ബ്രെത്ത്*, വിന്റേജ്, ലണ്ടൻ, 1994.

■

സൊകുറോവ് അനുഭവപ്രപഞ്ചങ്ങൾ

ഫ്രാങ്കോഫോണിയ (2015) കാണാൻ പോകുന്നത് ഫ്രാങ്കൊഫൈൽ ആയതുകൊണ്ടല്ല, പടം എടുത്തത് അലക്സാണ്ടർ സൊകുറോവ് ആയതിനാലാണ്. *മദർ ആന്റ് സൺ* (1997) കണ്ടതുതൊട്ട് പിന്നാലെയുണ്ട്. *റഷ്യൻ ആർക്ക്* (2002) കണ്ടപ്പോൾ ശരിക്കും അന്തംവിട്ടു. സെർഗി ഐസൻസ്റ്റീനിന്റെ *ബാറ്റിൽഷിപ്പ് പൊതെംകിന്റെ* (1925) 75 മിനിട്ട് ദൈർഘ്യത്തിൽ 1300 ഷോട്ടുകളുണ്ട്. റഷ്യൻ ആർക്കിന്റെ 96 മിനിട്ട് ദൈർഘ്യത്തിൽ ഷോട്ടുകളുടെ എണ്ണം: ഒന്നേ ഒന്ന്. *റഷ്യൻ ആർക്കി*ന്റെ നിർമാണത്തെക്കുറിച്ചെടുത്ത ഡോക്യുമെന്ററിയുടെ പേരും രസം. *ഒറ്റ ശ്വാസത്തിൽ* (In one breath). തിയോ ആഞ്ചലോ പൗലോയുടെ അപകടമരണത്തിനുശേഷം (2012) സിനിമയിൽ, ഇന്ന് രണ്ട് മഹാരഥന്മാരെ ഉള്ളൂ; ഷോൺ ലുക് ഗൊദാർദും സൊകുറോവും. ഞാൻ എഴുതുന്നതുകൊണ്ട് എന്റെ അഭിപ്രായത്തിൽ എന്ന് പ്രത്യേകം എഴുതേണ്ടതില്ലല്ലോ. കിം കി ഡുക്കിനെക്കൊണ്ട് തൃപ്തിപ്പെടുന്നവർ അങ്ങനെ ആയിക്കൊള്ളട്ടെ!

*ഫ്രാങ്കോഫോണിയ*യിൽ നിന്ന് *റഷ്യൻ ആർക്കി*ലേക്ക് വഴി തെറ്റിയതല്ല. *ഫ്രാങ്കോഫോണിയ*യിൽ, സൊകുറോവിന്റെ ഭാഷയിൽ 'മുഴുവൻ' ഫ്രാൻസിനെക്കാൾ വിലപിടിപ്പുള്ള 'ലൂവ്ര്' മ്യൂസിയമാണെങ്കിൽ അതിനും പതിമൂന്ന് വർഷം മുൻപെടുത്ത *റഷ്യൻ ആർക്കി*ൽ സെന്റ് പീറ്റേഴ്സ്ബർഗിലെ പ്രശസ്തമായ ഹെർമിറ്റേജ് മ്യൂസിയമായിരുന്നു അരങ്ങ്. *റഷ്യൻ ആർക്ക്* ദിവാസ്വപ്നമായിരുന്നെങ്കിൽ, *ഫ്രാങ്കോഫോണിയ* ദുഃസ്വപ്നമാണെന്ന വ്യത്യാസമുണ്ട്.

സങ്കീർണ്ണമാണ്, അതീവ സങ്കീർണ്ണമാണ് *ഫ്രാങ്കോഫോണിയ*യുടെ ഘടന. ഒരു 'കൊമാല' അന്തരീക്ഷം പോലും സിനിമയിലുണ്ട്. എടുത്തു കഴിഞ്ഞ, അഥവാ സ്രഷ്ടാവിനെ സംബന്ധിച്ചിടത്തോളം മരിച്ച സിനിമ. സിനിമയെക്കുറിച്ചുള്ള ധ്യാനമെന്നുപോലും കരുതാവുന്നതാണ്. സംവിധായകന്റെ ദൃശ്യ ശബ്ദ സാന്നിധ്യം ചിത്രത്തിലുണ്ട്. കഥ, കെട്ടുകഥ, ഡോക്യുമെന്ററി, എസ്സേ, വീഡിയോ ആർട്ട് ഇൻസ്റ്റലേഷൻ എല്ലാം കൂടിക്കുഴയുന്നു. ടോൾസ്റ്റോയിയും ചെക്കോവും നെപ്പോളിയനും മരിയാന്നും ഹിറ്റ്ലറും വിളിച്ചുണർത്തപ്പെടുന്നു. ചരിത്രവും ഭാവനയും കൂടിക്കുഴയുന്നു.

കലയും അധികാരവും തമ്മിലുള്ള ബന്ധം - ഒറ്റ വാക്യത്തിൽ ഇതാണ് *ഫ്രാങ്കോഫോണിയ*യുടെ പ്രമേയം. നാഗരികതയുടെ ജീവിക്കുന്ന ഉദാഹരണമായ ലൂവ്ര് മ്യൂസിയമാണ് പശ്ചാത്തലം. രണ്ടാം ലോക മഹായുദ്ധത്തിന്റെ വിളുമ്പിൽ യൂറോപ്പ് നിൽക്കുന്ന ചരിത്രസന്ധിയാണ് മൂർത്തമായ കാലം.

ചരിത്ര പശ്ചാത്തലം കുറച്ചുകൂടി വിശദമാക്കേണ്ടതുണ്ട്. ജർമ്മനി സുഡെറ്റൻലാൻഡ് ആക്രമിച്ചതോടെ (1938) ലോകയുദ്ധം എപ്പോൾ വേണമെങ്കിലും പൊട്ടിപ്പുറപ്പെടാമെന്ന സ്ഥിതി വന്നു. ജർമനി ഫ്രാൻസിലേക്കെത്തിയാൽ ആദ്യം കൊള്ളയടിക്കാൻ പോകുന്നത് ലൂവ്ര് മ്യൂസിയമാണെന്ന് അതിന്റെ അന്നത്തെ ഡയറക്ടർ ഴാക് ഷൊഷാറിന് യാതൊരു സംശയവുമുണ്ടായിരുന്നില്ല. രഹസ്യനീക്കത്തിലൂടെ ഷൊഷാർ ലൂവ്രിലെ അമൂല്യവും വിപുലവുമായ കലാശേഖരങ്ങൾ ലോർ താഴ്‌വരയിലെ തുരങ്കങ്ങളിലേക്കും മറ്റു രഹസ്യകേന്ദ്രത്തിലേക്കും മാറ്റി. മ്യൂണിക്ക് ഉടമ്പടിയോടെ അവ പാരീസിലേക്ക് തന്നെ തിരിച്ചുകൊണ്ടുവന്നു.

യുദ്ധഭീതി അപ്പോഴും ഒഴിഞ്ഞിട്ടില്ലാത്തതിനാൽ ഇതേ പ്രക്രിയ ഷൊഷാർ ആവർത്തിച്ചു. ബോംബാക്രമണം ഭയന്ന്, മാറ്റാനാവാത്ത വലിയ ശില്പങ്ങൾ മണൽച്ചാക്കുകൊണ്ട് മൂടി. അഗ്നിരക്ഷാ സംവിധാനം ഏർപ്പെടുത്തി. ചില പെയിന്റിങ്ങുകൾ ഫ്രെയിമുകളിൽ നിന്ന് നീക്കി അണ്ടർഗ്രൗണ്ടിലേക്ക് മാറ്റി, ഫ്രെയിമുകൾ ചുമരിൽതന്നെ വെച്ചു.

1940 ജൂൺ 14 ജർമ്മൻ സൈന്യം പാരീസിൽ പ്രവേശിച്ചു. ഹിറ്റ്ലറും കൂട്ടാളികളും ഒപ്പമെത്തി. ഹിറ്റ്ലർ ആദ്യം പോയത് ഈഫൽഗോപുരം കാണാനാണ്. പിന്നെ യുദ്ധം ഭയന്ന് ആളുകൾ ഒഴിഞ്ഞ പാരീസ്

ഫ്രാങ്കോഫോണിയയിൽ ഷെഷാറും മെറ്റർനിഹും

തെരുവുകളിലൂടെ തുറന്ന വാഹനത്തിൽ സഞ്ചരിക്കുമ്പോൾ, തോറ്റ ചിത്രകാരനായിരുന്ന ഹിറ്റ്ലർ ആദ്യം തിരക്കുന്നത് "എവിടെയാണ് ലൂവ്ര്. അതെന്നെ എന്നും ആകർഷിച്ചിരുന്നു," എന്നാണ്.

ലൂവ്രിന്റെ ശേഖരം നാത്സികൾക്ക് വേണമായിരുന്നു. യൂറോപ്പിലെ ങ്ങുമുള്ള വിശ്രുതമായ കലാവസ്തുക്കൾ കവർന്നെടുത്ത് വലിയൊരു മ്യൂസിയം സ്ഥാപിക്കുക എന്ന സ്വപ്നം പൂർത്തീകരിക്കാൻ ആക്രമിച്ച രാജ്യങ്ങളിൽ നിന്ന് അഞ്ച് ലക്ഷത്തിലേറെ ചിത്ര-ശില്പങ്ങൾ ജർമ്മൻ സൈനികർ അതിനകം കവർന്നെടുത്തിരുന്നു.

ലൂവ്രിലെ കലാവസ്തുക്കൾ 'സംരക്ഷിക്കാ'നായി, അതായത് മ്യൂസിയം അധികാരികൾ അത് ഒളിപ്പിക്കാതിരിക്കാനായി, ജർമ്മനി, റൈൻലൻഡിലെ ക്യൂറേറ്ററായ ഫ്രാൻസിസ് വോൾഫ് മെറ്റർനിഹിനെ ചുമതലപ്പെടുത്തി.

പിന്നീട് നടക്കുന്ന നാടകീയ സംഭവവികാസങ്ങളിലാണ് സിനിമയിലെ ഊന്നൽ. കലാസ്വാദകനെന്നതിലുപരി കലാചരിത്രകാരൻ കൂടിയായിരുന്ന മെറ്റർനിഹ് ലൂവ്രിലെ കലാസൃഷ്ടികൾ ഒളിപ്പിച്ചുവെച്ച തെവിടെയെന്നറിയാൻ യാതൊരു താത്പര്യവും കാട്ടിയില്ല. എന്നുമാത്രമല്ല ഷൊഷാറിന്റെ കീഴിൽ രഹസ്യസങ്കേതത്തിൽ അവ ഭദ്രമാണെന്ന

അറിവിൽ അദ്ദേഹം നിഗൂഢമായി സന്തോഷിക്കുകയും ചെയ്തു. ഹിറ്റ്ലറുടെ വലംകൈ ഗോറിംഗ് ഉൾപ്പെടെയുള്ളവർ കണ്ണുരുട്ടിയിട്ടും മെറ്റർനിഹ് സമർത്ഥമായി ഒളിച്ചുകളിച്ചു. നിൽക്കക്കള്ളിയില്ലാതെ മെറ്റർനിഹിനെ പാരീസിൽ നിന്നു തിരിച്ചുവിളിച്ചു.

1944 ആഗസ്റ്റ് 19ന് ലൂവ്രിന്റെ ചുറ്റുവട്ടത്തായി ജർമ്മൻ സൈന്യവുമായുള്ള യുദ്ധം. ലൂവ്രിന് ചുറ്റുമുള്ള പാരീസ് തരിപ്പണമായെങ്കിലും ലൂവ്രിന് കാര്യമായ കേടുപാട് പറ്റിയില്ല. ആഗസ്റ്റ് 25ന് ജർമ്മൻ സൈന്യം അന്തിമമായി കീഴടങ്ങി. ഒളിച്ചുവെച്ച കലാസൃഷ്ടികൾ ഒന്നൊന്നായി ലൂവ്ര് മ്യൂസിയത്തിലെത്തിച്ചുതുടങ്ങി. 1945 ജൂലൈയിൽ ലൂവ്ര് പൂർണ്ണമായും സന്ദർശകർക്കായി തുറന്നുകൊടുത്തു.

കലാചരിത്രത്തെ, എന്നല്ല മനുഷ്യവംശത്തിന്റെ അയ്യായിരം കൊല്ലത്തെ ചരിത്രത്തെയാകെ പുളകം കൊള്ളിച്ച മെറ്റർനിഹ്-ഷെഷാർ സൗഹൃദത്തെക്കുറിച്ച് സൊകുറോവ് പുളകം കൊള്ളുന്നുണ്ട്, ഒരഭിമുഖത്തിൽ: "യുദ്ധത്തിന്റെ തീവ്രമുഹൂർത്തത്തിൽ മനുഷ്യവംശത്തിന്റെ മൂല്യത്തെ ഉയർത്തിപ്പിടിക്കുന്ന ഇത്തരമൊരു സന്ദർഭമുണ്ടാകുമോ? അത്ര വലിയ സ്വാധീനമൊന്നുമില്ലാത്ത രണ്ടു മനുഷ്യർക്ക് ലൂവ്രിലെ മഹത്തായ കലാസൃഷ്ടികൾ കൊള്ളയടിക്കാതെ നോക്കാൻ കഴിഞ്ഞുവെന്നത് കെട്ടുകഥയായല്ലേ തോന്നുള്ളൂ? അത്തരമൊരനുഭവം പില്ക്കാലത്ത് സോവിയറ്റ് യൂണിയനിലും പോളണ്ടിലും കിഴക്കൻ യൂറോപ്പിലുമൊന്നുണ്ടായിട്ടില്ല."

ഫ്രാങ്കോഫോണിയ, മരിയാന്നും നെപ്പോളിയനും ലൂവ്രിൽ

ഒരു രണ്ടാംകിട സംവിധായകനോ ഹോളിവുഡ് സംവിധായകനോ ഈ ലൂവ്ര് കഥയുടെ നാടകീയത ആവശ്യത്തിലധികമായിരുന്നു. പക്ഷേ, താർകോവ്സ്കിയുടെ മാനസപുത്രന് അതൊരു തീവ്രമഥനമാണ്. എന്താണ് കലയും അധികാരവും തമ്മിലുള്ള ബന്ധം? കല ചരിത്രത്തിലൂടെ എങ്ങനെ അതിജീവിച്ചു? അഥവാ അതിജീവിച്ചുവോ? ചരിത്രം കലയ്ക്കു മീതെ വിനാശകരമായ സ്വാധീനമായിത്തീരുന്നതെന്തുകൊണ്ട്?

ഒരു ചരക്കുകപ്പൽ നിറയെ കലാവസ്തുക്കളുമായി പ്രക്ഷുബ്ധമായ കടലിലൂടെ അജ്ഞാതകേന്ദ്രത്തിലേക്ക് പോകുന്ന ഡിർക്ക് എന്ന പേരുള്ള കപ്പിത്താനുമായി സ്കൈപ്പിലൂടെ ബന്ധപ്പെടുന്ന സൊകുറോവിന്റെ ശബ്ദദൃശ്യങ്ങളോടെയാണ് *ഫ്രാങ്കേഫോണിയ* തുടങ്ങുന്നത്. ക്യാമറ ലെൻസിലേക്ക് നിഗൂഢമായി നോക്കുന്ന വയോധികനായ ടോൾസ്റ്റോയി സംവിധായകന്റെ ഓർമയിലേക്ക് വരുന്നു. പിന്നെ കഥയുടെ മഹാമാന്ത്രികൻ ചെക്കോവ്, "മഹാസമുദ്രത്തിൽ ഒന്നിനുമേൽ മറ്റൊന്നായി ഫണമുയർത്തുന്ന തിരകൾക്ക് യാതൊരു വകതിരിവോ ദയാവായ്പോ ഇല്ല," എന്ന ചെക്കോവ് വാക്യം ഓർമിച്ചു സംവിധായകൻ പറയുന്നു, "കടലിന്റെയും ചരിത്രത്തിന്റെയും ആദിമ പ്രഭാവങ്ങൾക്ക് അതിന്റേതായ വകതിരിവോ ദയാവായ്പോ ഇല്ല."

ഫ്രാങ്കോഫോണിയ ആദ്യമേ സൂചിപ്പിച്ചതുപോലെ ഒരു ദുഃസ്വപ്നമാണ്. ഒരു കലാകാരന്റെ ദുഃസ്വപ്നം. പ്രസാദവാന്മാർ നെറ്റി ചുളിച്ചേക്കാം, ലൂവ്രിലെ കലാസൃഷ്ടികൾ സംരക്ഷിക്കപ്പെട്ടതിൽ ആഹ്ലാദിക്കുകയല്ലേ വേണ്ടത്? അതിനെ ദുരൂഹമാക്കണോ?

പക്ഷേ, 'ഇത്തിരിവട്ടംകാണുന്ന', 'ഇത്തിരിവട്ടം ചിന്തിക്കുന്ന' ഒരാളല്ലല്ലോ സൊകുറോവ്. *റഷ്യൻ ആർക്ക്* എടുക്കുന്ന കാലത്ത് താലിബാൻ അഫ്ഘാനിസ്ഥാനിലൂടെ ബാമിയാനിലെ 1700 വർഷം പഴക്കമുള്ള 174 അടി ഉയരമുള്ള കൊത്തിയെടുത്ത ബുദ്ധസ്തൂപങ്ങൾ ഡൈനാമിറ്റ് വെച്ചു തകർക്കുകയായിരുന്നു. *ഫ്രാങ്കോഫോണിയ* എടുക്കുന്ന കാലത്ത് ഐസിസ് സിറിയയിലെ പുരാതനമായ പാൽമിറ ചരിത്രസ്മാരകങ്ങളും റോമൻ ആംഫിതിയറ്ററും കല്ലിന്മേൽ കല്ലവശേഷിക്കാതെ തകർക്കുകയായിരുന്നു.

2016

സൊകുറോവിന്റെ ദ്വീപിലേക്ക് ഒരു ചെറുവഞ്ചി

ആന്ദ്രേ താർകോവ്സ്കിയുടേത് 'കാലത്തിൽ കൊത്തിയ ശില്പങ്ങ'ളായിരുന്നുവെങ്കിൽ 'ശിഷ്യൻ' അലക്സാണ്ടർ സൊകുറോവിന്റേത് 'സ്ഥലകാലങ്ങളിൽ കൊത്തിയ ശില്പങ്ങ'ളാണ്. രാജശില്പിയായ താർകോവ്സ്കിയിൽ നിന്ന് സൊകുറോവിലേക്കുള്ള ദൂരം താണ്ടുമ്പോൾ, വാക്കുകൾ കൊണ്ട് അതു താണ്ടാനാവില്ലല്ലോ എന്ന പരിമിതിയിൽ ഉഴറും. കാരണം, ബിംബവും വാക്കും കൂടിച്ചേരുന്ന അഴിമുഖത്തിലൂടെയാണ് സൊകുറോവ് സിനിമകളുടെ സഞ്ചാരം. ഭൂതത്തിലും വർത്തമാനത്തിലും ഭാവിയിലും സഞ്ചരിക്കുന്ന, ഓർമകളിൽ ഉലയുന്ന സഞ്ചാരം.

താർകോവ്സ്കിയും സോകുറോവും കൂട്ടിമുട്ടുന്ന ഒരു വാക്കേയുള്ളൂ: നൊസ്റ്റാൾജിയ. അത് താർകോവ്സ്കിയുടെ ഹംസഗാനത്തിന്റെ പേരു കൂടിയാണല്ലോ.

മേലേ എഴുതിയതിൽ ഏറെയും ക്ലീഷേ ആണെന്ന് അറിയായ്കയല്ല. സൊകുറോവ് വേറൊരു തരക്കാരനാണല്ലോ; എല്ലാ അർത്ഥത്തിലും. (സൊകുറോവിന്റെ ദ്വീപ് - The island of Sokurov - എന്നാണ് സൊകുറോവിന്റെ ഔദ്യോഗിക വെബ്സൈറ്റിന്റെ പേരുതന്നെ.) ഇരുപതാം നൂറ്റാണ്ടിന്റെ സാങ്കേതിക സംഭാവന എന്ന തലത്തിലല്ലാതെ ഉത്തമമായ ഒരു കലാരൂപമായി സൊകുറോവ് സിനിമയെ കാണുന്നില്ല. സാഹിത്യത്തിന്റെ ഔന്നത്യം സിനിമയ്ക്ക് കല്പിച്ചുകൊടുക്കുന്നുമില്ല. "ദസ്തയേവ്സ്കിക്കും ചെക്കോവിനും തുല്യമായ പ്രതിഭകൾ സിനിമയിൽ ഇല്ല." സൊകുറോവ് ഉറപ്പിച്ചു പറയും.

"വാക്ക് ഒരു സ്വതന്ത്രമനുഷ്യനെപ്പോലെയാണ്. ദൃശ്യകല തടവറയിൽ കഴിയുന്ന ഒരാളെപ്പോലെയും." സൊകുറോവ് ഒരഭിമുഖത്തിൽ പറഞ്ഞു.

സൊകുറോവിനെ അക്ഷരംപ്രതി വിശ്വസിച്ചാൽ നാം കുടുങ്ങും. സോകുറോവിനെ ലോകസിനിമയിലും ആസ്വാദകഹൃദയത്തിലും പ്രതിഷ്ഠിച്ച *മദർ ആൻഡ് സൺ* എന്ന സിനിമയെടുക്കുന്നതിനു

മുന്നോടിയായി സൊകുറോവും ഛായാഗ്രാഹകനും ബെർലിനിലെ ആൾട്ടെ നാഷണൽ ഗാലറിയിൽ, കാസ്സർ ഡേവിഡ് ഫ്രിഡറിഹിന്റെ *ദ് മോങ്ക് ബൈ ദ സീ* (1808–10) എന്ന പെയിന്റിംഗിനു മുന്നിൽ ദിവസങ്ങളോളം ചെലവഴിക്കുകയുണ്ടായി. 'ധ്യാനിച്ചു' എന്നായിരിക്കാം അതിന്റെ പൗരസ്ത്യപദം.

ഫാദർ ആൻഡ് സൺ എടുക്കാനായി ജെ.എം.ഡബ്ളിയു. ടേർണറുടെ ജലച്ഛായചിത്രങ്ങൾക്ക് മുന്നിലും സൊകുറോവ് ധ്യാനിച്ചു. കലാചരിത്രത്തിലുള്ള അഗാധമായ അറിവും താത്പര്യവുമാണ്, *റഷ്യൻ ആർക്കിൽ* ഹെർമിറ്റേജ് മ്യൂസിയവും *ഫ്രാങ്കോഫോണിയ*യിൽ ലൂവ്ര് മ്യൂസിയവും പ്രമേയവും പശ്ചാത്തലവുമായി സ്വീകരിക്കാൻ കാരണം. ചരിത്രം, കലാചരിത്രം, സാഹിത്യം – സൊകുറോവിന്റെ ചലച്ചിത്രകലയുടെ നിത്യപ്രചോദനങ്ങൾ.

'കലാവിഭാഗ'ങ്ങളുടെ അതിർവരമ്പുകളെയും സൊകുറോവ് മായ്ച്ചു. ഒടുവിലത്തെ ചിത്രമായ *ഫ്രാങ്കോഫോണിയ*യിലെന്നപോലെ ഫിക്ഷൻ, ഡോക്യുമെന്ററി, ആർക്കൈവൽ ഫൂട്ടേജ്, വിഡിയോ ആർട്ട്, ഫോട്ടോഗ്രാഫി തുടങ്ങിയ സങ്കേതങ്ങളെ കൂട്ടിക്കുഴച്ച് സവിശേഷമായ ഒരു ചരിത്രാഖ്യാനം സൊകുറോവ് സൃഷ്ടിച്ചു.

സൊകുറോവ് ചിത്രീകരണത്തിനിടെ ലൂവ്ര് മ്യൂസിയത്തിൽ

പ്രശസ്ത മാർക്സിസ്റ്റ് ചിന്തകനായ ഫ്രെഡറിക് ജെയിംസൺ, സൊകുറോവ്, പിൽക്കാല മുതലാളിത്തത്തിന്റെ സാംസ്കാരിക ഉല്പന്നമെന്നു വിശേഷിപ്പിച്ച പോസ്റ്റ് മോഡേണിസത്തെ, പ്രതിരോധിക്കുകയും ചരിത്രാഖ്യാനത്തെത്തന്നെ (വിശേഷിച്ചും *മൊളൊക്ക്, ടോറസ്* സിനിമകളിൽ) പുനർനിർവചിക്കുന്നതായും കണ്ടെത്തുന്നുണ്ട്. സൊകുറോവ് സിനിമകളെക്കുറിച്ച് ആഴത്തിൽ പഠിച്ച നിരൂപകനായ മിഖായിൽ ലാംപോൾസ്കി, ആ സിനിമകളുടെ റഷ്യൻ-യൂറോപ്യൻ ആസ്വാദനങ്ങളുടെ വൈജാത്യങ്ങളിലേക്ക് ഒരു പാലം പണിയുന്നുണ്ട്. താർകോവ്സ്കിയുടെയും സൊകുറോവിന്റെയും കലാദർശനങ്ങൾ ഭിന്നധ്രുവങ്ങളിലാണെങ്കിലും തമ്മിൽ കൂടിച്ചേരുന്നത് 'ആന്റി- അവാംഗാർദ് അവാംഗാർദിസ്റ്റുകൾ' എന്ന നിലയിൽ മാത്രമാണെന്ന് ലാംപോൾസ്കി എഴുതുന്നു.

സൊകുറോവ് ചിത്രങ്ങളിലെ ഓർമകളുടെ സാന്നിധ്യം തീവ്രവും അഗാധവുമാണ്. ഓർമകളെ വിളിച്ചുണർത്താൻ പാടുപെടുന്ന, ചിലപ്പോൾ നിശ്ശൂന്യതയിലേക്ക് കണ്ണുമിഴിക്കുന്ന ഒരു മനസ്സ് സൊകുറോവ് സിനിമകളിൽ കാണാം. ആ ഓർമ വ്യക്തിപരമെന്നതുപോലെത്തന്നെ ചരിത്രപരവുമാണ്. ജെറമി സാനിയാവ്സ്കിയുടെ സൊകുറോവ് ചലച്ചിത്രങ്ങളുടെ പഠനം തുടങ്ങുന്നതുതന്നെ അത്തരമൊരു സ്മൃതിയുടെ, അഥവാ 'സ്മൃതിനാശ'ത്തിന്റെ അനുഭവത്തെക്കുറിച്ച് പറഞ്ഞുകൊണ്ടാണ്.

"1951 - ഒരു കുട്ടി ജനിച്ചു. അച്ഛൻ സൈനികനായിരുന്നതിനാൽ, സോവിയറ്റ് സാമ്രാജ്യത്തിന്റെ വിദൂരമായ കോണുകളിൽ പോലും കുടുംബത്തിനു പോകേണ്ടിവന്നു. ഇർകുത്സ്കിനും മൈബക്കൽ തടാകത്തിനുമടുത്തുള്ള പൊഡോർവിഖയാണ് ആ കുട്ടിയുടെ ജന്മസ്ഥലം. ഒരു ജലസേചന പദ്ധതി വന്നതോടെ ആ തടാകം ഭൂമുഖത്തു നിന്ന് എന്നന്നേയ്ക്കുമായി അപ്രത്യക്ഷമായി. ആ തടാകം ഓർമയുറക്കുന്നതിനു മുമ്പുതന്നെ മാഞ്ഞുപോയതിനാൽ, അതിനെക്കുറിച്ചുള്ള ഓർമകളും ജലരേഖയായി. വളരെ വർഷങ്ങൾക്കുശേഷം, ഒരു തടാകത്തിൽ, ഒരു ബോട്ടിൽ വെള്ളത്തിലേക്ക് നോക്കിനിൽക്കുന്ന ഒരു കുട്ടിയെ സൊകുറോവ് ആവിഷ്കരിച്ചു. ഓർമയുടെ ഗർത്തത്തിലേക്ക് ശൂന്യമായ മിഴികളോടെ നോക്കിനിൽക്കുന്ന തന്നെത്തന്നെ."

ബാല്യകാലസ്മൃതികളും രോഗപീഡയുടെ കൗമാരകാലത്തെ തീവ്രമായ ഏകാന്തതയുമാണ് സൊകുറോവ് സിനിമകളിൽ നിറയുന്നത്. അത് സൊകുറോവിനെ അന്തർമുഖനും ബഹിർമുഖനുമാക്കി. "എന്റെ ഉള്ളിൽ രണ്ടു വ്യക്തിത്വങ്ങൾ ഉള്ളതായി തോന്നുന്നു. അതിലൊന്ന് വളരെ ഊർജസ്വലവും ബഹുമുഖവും സമൃദ്ധവുമാണ്. മറ്റേത് ശാന്തവും സന്ന്യാസിതുല്യവുമാണ്. ചിലപ്പോൾ അതിലൊന്ന് മുന്നിട്ടു നിൽക്കും. മറ്റു ചിലപ്പോൾ മറ്റേതും," സൊകുറോവ് ഒരു അഭിമുഖത്തിൽ പറഞ്ഞു.

'രാഷ്ട്രീയസിനിമ'യുടെ 'ശത്രു'വായ സൊകുറോവിന്റെ മിക്ക സിനിമകളും തീവ്രമായ രാഷ്ട്രീയ പ്രമേയങ്ങളാണ് പശ്ചാത്തലമാക്കുന്നത്. അത് ഐസൻസ്റ്റീനിന്റെയോ പുഡോവ്കിന്റെയോ വിപ്ലവാദർശങ്ങളിൽ പ്രചോദിതമല്ലെന്നു മാത്രം. താർകോവ്സ്കിയുടെ രാഷ്ട്രീയ മാനങ്ങളെയും സൊകുറോവ് പിന്തുടർന്നില്ല. 'കമ്യൂണിസ്റ്റ് സ്വർഗ'ത്തെക്കുറിച്ചുള്ള മഹത്തായ അലിഗറി കൂടിയായ *സ്റ്റോക്കർ* സൊകുറോവിന് 'അത്ര പിടിക്കാഞ്ഞത്' പ്രസിദ്ധമാണല്ലോ. *മൊളൊക്കിൽ* ഹിറ്റ്ലറെയും *ടോറസിൽ* ലെനിനെയും *സണിൽ* ഹിരോഹിതോ ചക്രവർത്തിയെയും *ഫോസ്റ്റിൽ* ഫോസ്റ്റിനെയും സൊകുറോവ് ചിത്രീകരിച്ചു. അത് ചരിത്രാഖ്യാനമായിരുന്നില്ല. ചരിത്രത്തിന്റെയും വ്യക്തിയുടെയും വൈരുധ്യങ്ങളിലായിരുന്നു അവയുടെ ആരൂഢം.

സൊകുറോവിന്റെ സിനിമകൾ ലളിതമായിരിക്കെത്തന്നെ അതീവ സങ്കീർണവുമാണ്. കാരണം ജീവിതത്തെയാണ് സൊകുറോവ് ചലച്ചിത്ര മാധ്യമത്തിലൂടെ ആവിഷ്കരിക്കുന്നത്. ജീവിതം, അതിന്റെ പൂർണമായ അർത്ഥത്തിൽ.

2017

ഭാഗം രണ്ട്

ചലച്ചിത്ര ചരിത്രം: ഒരു സൗന്ദര്യ കലാപത്തിന്റെ ഓർമ

സത്യസിനിമാപ്പുസ്തകം അഥവാ ലൂമിയർമാരുടെ മക്കൾ എന്നു പേരിട്ട എന്റെ ചലച്ചിത്രാസ്വാദന പുസ്തകം നിരൂപണം ചെയ്ത ഒരു പാവം ചലച്ചിത്ര പത്രപ്രവർത്തകൻ 'ഫിലിം സൊസൈറ്റിയുടെ സന്തതി' എന്ന് എന്നെ വിശേഷിപ്പിച്ചുകണ്ടതും ഒരു കഥയോർത്തു ചിരിച്ചുവശായി. കഥ യെന്നു വിശ്വസിക്കാനാണിഷ്ടം; കഥയ്ക്കല്ലേ ഭംഗി?

സാക്ഷാൽ ജോൺ ഏബ്രഹാമിനെക്കുറിച്ചു കേട്ട ഒരു കഥയാണ്. അടൂർ ഗോപാലകൃഷ്ണനും ജോണും ഒരു ഫിലിം സൊസൈറ്റി ഉദ്ഘാ ടനം ചെയ്യാനെത്തിയ വിശിഷ്ടാതിഥികൾ. സ്വാഗതപ്രസംഗകൻ ആദ്യം അടൂരിനു വിശേഷണമാല്യങ്ങൾ അണിയിച്ചു.

"ഫിലിം ഇൻസ്റ്റിറ്റ്യൂട്ടിന്റെ സന്തതിയായ ശ്രീ അടൂർ ഗോപാല കൃഷ്ണൻ ഈ ഫിലിം സൊസൈറ്റി ഉദ്ഘാടനം ചെയ്യാനെത്തിയതിൽ..."

പിന്നീട് ജോണിലേക്ക്:

"ഫിലിം ഇൻസ്റ്റിറ്റ്യൂട്ടിന്റെ മറ്റൊരു സന്തതിയായ ജോൺ ഏബ്രഹാം..."

കേട്ടതും, ജോൺ ചാടിയെഴുന്നേറ്റത്രെ:

"ഞാൻ ഫിലിം ഇൻസ്റ്റിറ്റ്യൂട്ടിന്റെ സന്തതിയല്ല. വാഴക്കാട്ട് ഏബ്രഹാ മിന്റെ സന്തതിയാണ്."

ഫലിതം അവിടെ നിൽക്കട്ടെ, ലോക സിനിമയിലേക്ക് പിറന്നുവീണത് ഫിലിം സൊസൈറ്റിയിലൂടെയാണ്. സിനിമ കാണാനും സിനിമയുടെ ചരിത്രം പഠിക്കാനുമായി അലഞ്ഞു. നാട്ടിലെ ഫിലിം സൊസൈറ്റികൾ, പൂന ഫിലിം ആർക്കൈവ്സ്, അവിടത്തെ ലൈബ്രറി, ഡൽഹി, മദിരാശി, കൊൽക്കത്ത അങ്ങനെ:

സിനിമ നൂറു വയസ്സിലേക്ക് കടന്ന വേളയിൽ (1994) തിരുവനന്ത പുരത്ത് സൂര്യ, *എ ഫെസ്റ്റിവൽ ഓഫ് 100 മൈൽസ്റ്റോൺ ഫിലിംസ്* ഒരു ക്കുന്നുവെന്നറിഞ്ഞപ്പോൾ മദിരാശിയിൽ ഇരിപ്പുറച്ചില്ല. സൂര്യ കൃഷ്ണ മൂർത്തിക്കെഴുതി: "വരട്ടെ?"

"വരൂ," അദ്ദേഹം തിരിച്ചെഴുതി.

ചെന്നു. പ്രിയപ്പെട്ട സുഹൃത്തുക്കളിൽ പലരും ഉണ്ട്.

ആദ്യദിവസം അവധി കൊടുത്തു. കുറെക്കാലമായി കാണാതിരുന്ന കൂട്ടുകാർ. സുരേഷ് പട്ടാലി, പ്രദീപ്, പ്രസാദ്, മോഹൻദാസ്, സുരേഷ് പിള്ള, ശരത്. ഒ.കെ.ജോണി വയനാട്ടിൽനിന്ന് പുറപ്പെട്ടിട്ടുണ്ട്, എത്തിയിട്ടില്ല.

എ ഫെസ്റ്റിവൽ ഓഫ് 100 മൈൽസ്റ്റോൺ ഫിലിംസ് ബ്രോഷർ

'കാർത്തിക'യിൽ ചിത്രകാരൻ മോഹൻദാസിന്റെ മുറിയിൽ ഒത്തുകൂടി. മേളയുടെ ഭാഗമായി സൂര്യ ഇറക്കിയ വിശദമായ ബ്രോഷർ തുറന്നു പരിശോധിച്ചു.

'ലൂമിയർ പ്രോഗ്രാം' (1895) മുതൽ *വിധേയൻ* (1994) വരെ. സബാഷ്! അങ്ങനെയൊരു ചരിത്രം മറ്റാരു വിരചിക്കാൻ?

"കഥയുടെ ചക്രവർത്തി ടി.പത്മനാഭനാണെങ്കിൽ സിനിമാ ചക്രവർത്തി അടൂർ ഗോപാലകൃഷ്ണനനല്ലേ?"

"നാട്ടിലെ മറ്റു കഥ-സിനിമ ചക്രവർത്തിമാർ അവകാശവാദമുന്നയിച്ചാലോ?"

"അവർ യുദ്ധം ചെയ്തു തീരുമാനിക്കട്ടെ. രാജഭരണം തിരിച്ചുകൊണ്ടുവരികയുമാവാം."

സൗമ്യനായ സുരേഷ് പട്ടാലി, രണ്ടാമത്തെ കവിളിൽ, താടിയുഴിയാൻ തുടങ്ങി. അത്ര പന്തിയല്ലാത്ത ലക്ഷണമാണ്.

"ബ്രസ്സനില്ലേ?"

"ഇല്ല."

"ഫെല്ലിനിയുമില്ല!"

"നോക്കൂ, റോഷയില്ല."

"പാസോലിനിയും ഇല്ല."

"കണ്ട ആപ്പ ഊപ്പകളെല്ലാം ഉണ്ടുതാനും."

ചർച്ചകളിലൊന്നുംപെടാതെ മോഹൻദാസ് വരച്ചുകൊണ്ടിരുന്നു.

"*നിർമ്മാല്യം* ഉണ്ടോ? അവസാനത്തെ പത്തുമിനുട്ട് ഒന്നു കാണണമെന്നുണ്ടായിരുന്നു."

"മോണ്ടാഷേ[2] കുറച്ചു കൂടുന്നുണ്ട്."

"പട്ടാലി, ഇവരുടെ സിനിമകൾ പൂന ആർക്കൈവ്സിലില്ലേ?"

പൂന ഫിലിം ആർക്കൈവ്സിന്റെ കാര്യത്തിൽ പട്ടാലി സഞ്ചരിക്കുന്ന വിജ്ഞാനകോശം. പട്ടാലി അവിടെ കുറെക്കാലം കുടികിടന്നിരുന്നു. പല സിനിമകളും പ്രൊജക്ട് ചെയ്ത്, കുറിപ്പെടുത്ത് കഥാസാരം എഴുതിയതും പട്ടാലി.

"ബ്രസ്സൻ ഉണ്ട്. *ഓ ഹസാർ ബൽത്തസാർ*, *പിക്പോക്കറ്റും* ഉണ്ട്. ഫെല്ലിനി പത്തെണ്ണമെങ്കിലും ഉണ്ട്, *എട്ടര* ഉൾപ്പെടെ, പാസോലിനിയുടെ *മത്തായിയുടെ സുവിശേഷം*, റോഷയുടെ *അന്തോണിയോ ദാസ് മോർട്ടിസ്*, പട്ടാലി ഓർമയിൽനിന്ന് ഒരു പട്ടിക നിരത്തി.

കൂടിക്കുഴഞ്ഞ വർത്തമാനവും രോഷാകുലമായ പുച്ഛവും ക്രൂരഫലിതങ്ങളും ദൂഷണങ്ങളും രാഷ്ട്രീയചർച്ചയ്ക്ക് വഴിമാറി.

മൂന്നാംലോകത്തെ ഒന്നാംലോകം അവരുടെ ചവറ്റുകൂനയാക്കുന്നു. കാലഹരണപ്പെട്ട സൗന്ദര്യശാസ്ത്രങ്ങൾ അടിച്ചേല്പിക്കുന്നു. യാങ്കികൾ നമ്മുടെ അബോധമനസ്സിനെപ്പോലും അധിനിവേശിച്ചിരിക്കുന്നു. നമ്മുടെ പേരുകേട്ട ചലച്ചിത്രകാരന്മാർപോലും സായിപ്പിനു മുന്നിൽ അംഗീകാരങ്ങൾക്കായി ഓച്ഛാനിച്ചു നിൽക്കുന്നു.

സ്വാഭാവികമായും, ജോൺ ഏബ്രഹാം സംഭാഷണങ്ങളിൽ കടന്നുവന്നു. ജോണിന്റെ ചലച്ചിത്ര സങ്കല്പങ്ങൾ ബൂർഷ്വാ കലാസങ്കല്പങ്ങളെ എങ്ങനെ നേരിട്ടു, *അമ്മ അറിയാൻ*, മൂലധനശക്തിയെ എങ്ങനെ മറിച്ചിട്ടു, ജനകീയ സിനിമയുടെ വഴി ഏത്, വിപ്ലവ സിനിമയുടെ വഴി ഏത്? അങ്ങനെ നിരവധി ദാർശനിക പ്രശ്നങ്ങൾ.

അർധരാത്രിക്കുമുമ്പ് ഞങ്ങൾ ഒരു തീരുമാനത്തിലെത്തി. വിയോജനക്കുറിപ്പായി ഒരു ലഘുലേഖ ഇറക്കുക. അത് ചലച്ചിത്രമേള തീരുന്നതിനു തലേദിവസം മാത്രം സൂര്യ കൃഷ്ണമൂർത്തിക്കും മേളയിൽ പങ്കെടുക്കുന്നവർക്കും മാധ്യമങ്ങൾക്കും എത്തിക്കുക. അതുവരെ ഇഷ്ടപ്പെട്ട സിനിമകൾ കാണുക.

ലഘുലേഖ എഴുതാൻ എന്നെ ഏല്പിച്ചു. അതിനായി പ്രത്യേകമായി കൂടിയിരുന്നു. സുരേഷ് പട്ടാലി, പ്രദീപ്, സുരേഷ് പിള്ള എന്നിവരായിരുന്നു പ്രധാനമായും വിലയിരുത്തലുകൾ നടത്തിയത്. ധൈഷണികരായ കെ.ടി. റാംമോഹൻ, ടി.ജി.ജേക്കബ് എന്നിവരും ചർച്ചയുടെ ഒരു ഘട്ടത്തിൽ ഒപ്പമുണ്ടായിരുന്നു.

ഫോട്ടോ: പി. ഡേവിഡ്

ജോൺ ഏബ്രഹാം *അഗ്രഹാരത്തിൽ കഴുത*യുടെ ചിത്രീകരണവേളയിൽ

കേരള പഠനങ്ങൾക്കായി ഫിലിം സൊസൈറ്റി ചലച്ചിത്രക്കാഴ്ചയുടെ ചരിത്രം എഴുതാമോ എന്നു റാം എന്നോട് ചോദിച്ചു. ഈ സബാൾട്ടേൺ ചരിത്രം കഴിഞ്ഞിട്ടുപോരേ എന്നു ഞാനും ചോദിച്ചു. റാം ചിരിച്ചു.

ലഘുലേഖ എഴുതി വായിച്ചു കേൾപ്പിച്ചു. സുഹൃദ്വലയത്തിലുള്ളവർ ഒപ്പുവെച്ചു. തമിഴ്നാട്ടിൽ നിന്ന് സിനിമ കാണാനെത്തിയ കവിയും സിനിമാപ്രവർത്തകനുമായ ഇളയഭാരതിയുടെ പേരാണ് ആദ്യം വെച്ചത്. അതിനു കാരണവുമുണ്ടായിരുന്നു. ഞങ്ങൾ അറിയുന്ന ഒരു സംവിധായകൻ ഇളയഭാരതിക്ക് തന്റെ പുതിയ സിനിമയുടെ ഒരു സി.ഡി. കാണിച്ച ശേഷം അഭിപ്രായം ചോദിച്ചു. ഇളയഭാരതി മറുപടി ഒറ്റവാക്കിൽ ഒതുക്കി: "വേസ്റ്റ്." കുറച്ചൊന്നുമല്ല ആ മറുപടി ഞങ്ങളെ രസിപ്പിച്ചത്. സൂര്യ മേളയെ ഇളയഭാരതി അത്ര നിർദയം തള്ളിക്കളഞ്ഞില്ല. "ഇറ്റ് സീംസ് ലൈക് വേസ്റ്റ്."

ഞങ്ങളുടെ കൂട്ടത്തിലെ 'ഡെയർ ഡെവിൾ' ആയ സുരേഷ് പിള്ളയെ വിയോജനക്കുറിപ്പുമായി സൂര്യ കൃഷ്ണമൂർത്തിയുടെ അടുത്തേക്ക് അയച്ചു. ഞങ്ങൾ കുറച്ചു ദൂരെ നിന്നും നോക്കിനിന്നു. കൃഷ്ണമൂർത്തിയുടെ മുഖം ആദ്യം പ്രകാശിക്കുകയും പിന്നെ മങ്ങുകയും ചെയ്തു.

കൃഷ്ണമൂർത്തി വൃത്തിയായി കൈകഴുകിയെന്ന് സുരേഷ്പിള്ള റിപ്പോർട്ട് ചെയ്തു. സൂര്യ, മേളയുടെ സംഘാടകർ മാത്രമാണ്, സിനിമാ സെലക്ഷനുമായി ബന്ധപ്പെട്ട കാര്യങ്ങൾ അടൂർ ഗോപാലകൃഷ്ണനോട് ചോദിക്കുക. അടൂരിനു കൊടുക്കാനായി സുരേഷ്പിള്ള കൃഷ്ണമൂർത്തിക്ക് ഒരു കോപ്പികൂടി നൽകി.

പ്രദീപും ഞാനും ഒരു ഓട്ടോറിക്ഷ പിടിച്ച് പത്രമാഫീസുകൾ കയറി യിറങ്ങാൻ തീരുമാനിച്ചു.

"ഇതാരെങ്കിലും കൊടുക്കുമോ?" വഴിയിൽ ഞാൻ പ്രദീപിനോട് ചോദിച്ചു, പത്രപ്രവർത്തനം തൊഴിലായതിനാൽ, എനിക്ക് സംശയമുണ്ടായിരുന്നു.

"ആരെല്ലാം കൊടുക്കില്ല എന്നറിയാനല്ലേ നമ്മൾ പോകുന്നത്?" പ്രദീപ് തിരിച്ചുചോദിച്ചു.

അപ്പോൾ അങ്ങനെയൊരു സാധ്യതയുണ്ട്! ഞാൻ ഉഷാറായി.

ദാഹിച്ചുവലഞ്ഞ് രാത്രിയിൽ ഒരു ബാറിൽ കയറിയപ്പോൾ സക്കറിയ, നീലൻ തുടങ്ങിയവർ അവിടെയുണ്ട്.

"നിങ്ങളുടെ വിയോജനക്കുറിപ്പ് വായിച്ചു," നീലൻ കണ്ടപാടെ ഉടക്കി. "അരവിന്ദൻ എവിടെയും ഇല്ലല്ലോ."

"ഇല്ല."

"അപ്പോൾ അടൂർ ഗോപാലകൃഷ്ണനും നിങ്ങളും തമ്മിലുള്ള വ്യത്യാസം?"

“ഞങ്ങൾ 34 പേരുടെ ലസാഗുവിൽ അരവിന്ദൻ വന്നില്ല. അത്രതന്നെ.”

“നിങ്ങളുടെ സിനിമാചരിത്രവും ശരിയല്ല,” നീലൻ മൂർച്ചകൂട്ടി.

“ഈ വിയോജനക്കുറിപ്പിനു മുന്നിൽ മുട്ടുകുത്തുവിൻ എന്ന് ഞങ്ങൾ പറഞ്ഞിട്ടില്ല.”

നീണ്ടകാലത്തെ സ്നേഹസൗഹൃദങ്ങളുടെ കണക്കിലാകാം, ആ വഴക്ക് എങ്ങനെയോ അവസാനിച്ചു. മദ്യത്തിന് വഴക്ക് അലിയിക്കാനും കഴിയുമല്ലോ.

പിറ്റേദിവസത്തെ പത്രങ്ങൾ വിചാരിച്ചിരുന്നതുപോലെത്തന്നെ, കൗതുകവാർത്തപോലെ ‘പെട്ടി’ക്കുള്ളിൽ ചില വാർത്തകൾ ചേർത്തു. “നൂറു വർഷത്തിൽ *വിധേയൻ* മാത്രം.” “സൂര്യമേളയിൽ അപസ്വരം.” എന്നിങ്ങനെ. *ദ് ഹിന്ദു* മാത്രം കൗതുകമല്ലാത്ത രീതിയിൽ വാർത്ത ചേർത്തു. ബ്രസ്സനും ഫെല്ലിനിയുമില്ലാത്ത സിനിമാചരിത്രം സിനിമാ ചരിത്രത്തോടുള്ള അവഹേളനമാണെന്നുകൂടി വിയോജനക്കുറിപ്പ് പറയുന്നു എന്നുകൂടി വാർത്തയിൽ ഉൾപ്പെടുത്തിയിരുന്നു.

*സൂര്യ*യ്ക്ക് വെച്ചത് അടൂരിനു കൊണ്ടു എന്ന് സമാപനസമ്മേളനത്തിന്റെ തുടക്കത്തിൽതന്നെ തെളിഞ്ഞു. അടൂർ ഗോപാലകൃഷ്ണന്റെ പ്രസംഗത്തിന്റെ ഏകദേശ ആശയം ഇങ്ങനെയായിരുന്നു:

“സിനിമാ ആസ്വാദകരെന്ന പേരിൽ ഇവിടെ കുറെ കുത്തിത്തിരിപ്പുകാർ എത്തിയിട്ടുണ്ട്. മൃഷ്ടാന്നം ഊണു കഴിച്ചതിനുശേഷം ഊണുകൊള്ളില്ല എന്നാണവർ പറയുന്നത്.”

ഇതെന്തുകഥ? ഞങ്ങൾ മുഖത്തോടുമുഖം നോക്കി. മൃഷ്ടാന്നം കഴിച്ചുവോ എന്നതു വേറെ കാര്യം. വിഭവങ്ങൾ പലതും വായിൽവെക്കാൻ കൊള്ളുമായിരുന്നില്ല. അതും പോട്ടെ. കാരണവന്മാരോ ദേഹണ്ണക്കാരോ ആണോ ഊണിനെക്കുറിച്ച് അഭിപ്രായം പറയേണ്ടത്? ഊണു കഴിച്ചവരല്ലേ?

അടൂർ കത്തിക്കയറുകയാണ്. ഊണിന്റെ ഉപമയാണ് തിരിച്ചും മറിച്ചും പറയുന്നത്. ഞങ്ങൾ ചരിത്രം പറഞ്ഞതിനു മറുപടിയായി അടൂർ ജീവശാസ്ത്രം പറയുന്നു. അടൂർ പറയട്ടെ!

നല്ല നമസ്കാരം പറഞ്ഞുകൊണ്ട് ഞങ്ങൾ കൂട്ടായി പുറത്തിറങ്ങി ശുദ്ധവായു ശ്വസിച്ചു.

2014

കുറിപ്പുകൾ

1. 1994 മാർച്ച് 1 മുതൽ 15 വരെയായിരുന്നു സൂര്യ ചലച്ചിത്രമേള. തിരുവനന്തപുരം *കലാഭവൻ* തിയേറ്ററിൽ.
2. മോഹൻദാസിന് സിനിമാ ചരിത്രശൈലിയിൽ ചാർത്തിയ വിളിപ്പേര്.

എഴുന്നേറ്റിട്ടു വേണ്ടേ നാം എങ്ങോട്ടും സഞ്ചരിക്കുവാൻ?

തിരുവനന്തപുരത്ത്, പണ്ടൊരു ചലച്ചിത്രോത്സവത്തിന് ഞങ്ങളുടെ സുഹൃത്ത് 'ഫുൾ സ്ലീവ്' ശ്രീകുമാർ വന്നില്ല. വരും, വരാതിരിക്കില്ല, എം.ടി.യെ മനസ്സിൽ ധ്യാനിച്ച് വെറുതെ പ്രതീക്ഷിച്ചു.

"ശ്രീകുമാറിനെ കണ്ടോ?" (ടി.വി.) ചന്ദ്രേട്ടൻ തിരക്കി.

"ഇല്ലല്ലോ."

"എടാ, ഇത് 'സ്ലീവ്ലെസ് ഫെസ്റ്റിവൽ' ആയിപ്പോകുമല്ലോ!"

ശ്രീകുമാർ വന്നില്ല. ആ ഫെസ്റ്റിവൽ അങ്ങനെ 'സ്ലീവ്ലെസ്സ് ഫെസ്റ്റിവൽ' ആയി അറിയപ്പെട്ടു. ഒഫീഷ്യൽ വെബ് സൈറ്റിൽ അങ്ങനെ കണ്ടില്ലെന്നേയുള്ളൂ.

സിനിമ കാണൽ പ്രശ്നമായിരുന്നില്ല. എല്ലാ സിനിമയ്ക്കും ചാടിക്കയറിയ ഒരു യുവബുദ്ധിജീവിയെ പവിയേട്ടൻ (പവിത്രൻ) തടഞ്ഞു നിർത്തിയത്രെ:

"നിൽക്കെടാ അവിടെ. നിനക്കെന്താ, നാളെ പരീക്ഷയുണ്ടോ?"

'മുള്ള്' എന്നൊരു പദപ്രയോഗമായിരുന്നു അതിവിശേഷം. മുള്ളു കുടുങ്ങൽ, എന്നുവച്ചാൽ ഒഴിയാബാധ. കാലിൽച്ചുറ്റൽ.

അത്തരമൊരു 'മുള്ളു'മായി രവിയേട്ടൻ (രവീന്ദ്രൻ) വരുന്നു, എന്റെ ചെവിയിൽ അടക്കം പറഞ്ഞു, "മുള്ളാണ്. തിയേറ്ററിൽ കയറാം, മുള്ള് ഉറങ്ങിക്കോളും, ഞാൻ സിഗനൽ തരും, അപ്പോൾ എണീറ്റോളണം."

രവിയേട്ടൻ ക്രാന്തദർശിയാണ്. പറഞ്ഞതുപോലെത്തന്നെ സംഭവിച്ചു. ഞങ്ങൾ പുറത്തിറങ്ങി ഉല്ലസിച്ചു.

ഉല്ലാസത്തിന് ഒരു കുറവും ഉണ്ടായിരുന്നില്ല!

മദിരാശിയിൽ അന്തർദ്ദേശീയ ചലച്ചിത്രോത്സവത്തിനു മാത്രം ഉല്ലസിക്കാൻ വിചാരിച്ചവർക്ക് ഒരു പറ്റുപറ്റി.

അരവിന്ദന്റെ *വാസ്തുഹാര* പുറത്തൊരു തിയേറ്ററിൽ കളിക്കുന്നു. ആളെക്കൂട്ടാൻ വേണ്ടി പ്രചാരണമഴിച്ചുവിട്ടു: *വാസ്തുഹാര* കഴിഞ്ഞ് കള്ളുണ്ട്. കേട്ടവർ കേട്ടവർ അത് പ്രചരിപ്പിച്ചു. അറിഞ്ഞോ, *വാസ്തുഹാര* കഴിഞ്ഞ് കള്ളുണ്ട്.

വാസ്തുഹാര പ്രദർശിപ്പിച്ചു. അതുകഴിഞ്ഞ് പവിത്രന്റെ *കള്ള്* എന്ന ഡോക്യുമെന്ററിയും.

തെങ്ങുകയറാൻ തുടങ്ങിയ ഒരു ചെത്തുകാരനെ പവിത്രൻ ഇന്റർവ്യൂ ചെയ്യുന്നു.

"പേരെന്താണ്?"

"വിജയൻ."

"ഇനീഷ്യൽ പറയണം," കെ.എൻ.ഷാജി വിളിച്ചുകൂവി. ബുദ്ധിമാന്മാരുടെ സദസ്സായിരുന്നു. ചിരി പടർന്നു. ഒ.വി. വിജയൻ കത്തിനിൽക്കുന്ന കാലമായിരുന്നു.

അതേ ചലച്ചിത്രോത്സവം. ഒരു സിനിമ കാണാൻ തിരക്കിട്ടു ചെല്ലുമ്പോൾ രവിയേട്ടൻ കല്ലിന്മേൽ ധ്യാനബുദ്ധനെപ്പോലെ ഇരിപ്പുണ്ടായിരുന്നു.

ഡെലിഗേറ്റ് പാസണിയിക്കൽച്ചടങ്ങ്.
ആരിഫ്, പവിത്രൻ, ടി.വി. ചന്ദ്രൻ, ജയൻ പകരാവൂർ.
പാസ് സ്വീകരിക്കുന്നത് ഒ.കെ. ജോണി

“രവിയേട്ടാ. ഒരു സിനിമ പരീക്ഷിച്ചാലോ?” ഞാൻ തൊട്ടുവിളിച്ചു.

രവിയേട്ടൻ ഒന്നു നോക്കി ചിരിച്ചു. പാടുമ്പോലെ പറഞ്ഞു: “എഴുന്നേറ്റിട്ടു വേണ്ടേ നാം എങ്ങോട്ടും സഞ്ചരിക്കുവാൻ.” എന്നിട്ടു പറഞ്ഞു: “എടാ, ഇത് സിനിമയാണ്, നാടകമല്ല. പ്രിന്റ് അവിടെ ഉണ്ടാകും.”

ഞാനും ജ്ഞാനിയായി. പ്രിന്റ് അവിടെ ഉണ്ടാകുമല്ലോ.

കേരളത്തിലെ അന്തർദ്ദേശീയ ചലച്ചിത്രോത്സവം തുടങ്ങുന്നതിനു മുമ്പേ, ഇന്ത്യൻ ചലച്ചിത്രോത്സവം തൊട്ടേ തീർത്ഥാടനം തുടങ്ങിയിരുന്നു. ദൽഹിയിലെ സിരി ഫോർട്ട്. അതിന്റെ മുറ്റം. ജോൺ ഏബ്രഹാമായിരുന്നു ഏറ്റവും മികച്ച പെർഫോർമർ. ജോൺ ഐതിഹ്യമാലയിലെ ഒരു ഐതിഹ്യം ഇങ്ങനെ:

സിരി ഫോർട്ടിന്റെ ചുറ്റുവട്ടത്ത് സുവിശേഷ ലഘുലേഖകൾ ചെറിയ വിലയ്ക്ക് വിറ്റുനടക്കുന്ന സായ്പ് യേശുവിനെപ്പോലെ തോന്നിച്ച ജോണിനും നീട്ടിയത്രെ ഒരു ലഘുലേഖ. ജസ്റ്റ് വൺ റുപ്പി–ജോൺ സ്പിരിറ്റിലായിരുന്നു. അഥവാ ഈതെയ്ൽ സ്പിരിറ്റിൽ.

"Bastard, are you begging in a third world country?"

സായ്പ്, ‘എസ്കേപ്’ ചെയ്ത് രക്ഷപ്പെട്ടത്രെ.

പിന്നെ അയാളെ ആ പ്രദേശത്തൊന്നും കണ്ടില്ലത്രെ. ആ പണി നിർത്തിക്കാണണം.

ജോൺ പരിശുദ്ധാത്മാവായി മാറിയതിനുശേഷം, അനാർക്കിക്കൊടി പാറിച്ച് സുരേഷ് പട്ടാലിയുടെ മാർച്ച് പാസ്റ്റ്. ഞാനും ആ ടീമിലായിരുന്നു. പട്ടാലി ചലച്ചിത്രോത്സവ വിജ്ഞാനകോശമായിരുന്നു. ഏതു പടം കാണണം? പാസ്സ് എങ്ങനെ സംഘടിപ്പിക്കും? കാശ് എങ്ങനെ സംഘടിപ്പിക്കും? കള്ളു കുടിക്കാനുള്ള രഹസ്യസങ്കേതങ്ങൾ ഏവ? മിക്സ് ചെയ്ത് എങ്ങനെ തിയേറ്ററിനകത്തേക്ക് കടത്താം? ഇന്ത്യൻ സിനിമയിലെ ‘ഇന്നവനാര്?’ (Who’s who), അങ്ങനെയങ്ങനെ.

“പട്ടാലി എത്ര ഫെസ്റ്റിവൽ ആയി?”

“പതിനെട്ട്.”

“ഗുരുസ്വാമീ! നമുക്ക് സിരിഫോർട്ടിൽ ഒരു തെങ്ങിൻതൈ നടേണ്ടേ?”

രാത്രി ഓട്ടോയിൽ കോണോട്ട് പ്ലേസിൽ ചുറ്റിക്കറങ്ങി.

“നാരിയൽ കീ” - ക്യാ? കോഴി മേടിക്കാൻ പോയ സർദാർജി അതിന്റെ ഹിന്ദി മറന്ന്, പറഞ്ഞതുപോലെ, ‘അണ്ഡാ കി മാതാജീ”!

ഒന്നു രണ്ടു ചെടിക്കടകളിൽ ചോദിക്കുകയും ചെയ്തു.

“നഹി.”

തിരിച്ചുനടക്കുമ്പോൾ കേട്ടു:

“പാഗൽ ആദ്മിയോം.”

എന്നുവച്ചാൽ വട്ടുകേസ്.

വീണ്ടും സിരി ഫോർട്ട്. പസോലിനി സ്മൃതിപരമ്പര നടക്കുന്നു. പസോലിനി ഭയങ്കരൻ! വിഗ്രഹഭഞ്ജകൻ! കലാപകാരി! തുടക്കം, *മത്തായിയുടെ സുവിശേഷം*. നക്സലൈറ്റായ സുഹൃത്തിനോടൊപ്പമാണ് പോയത്.

അതാ, യേശു വെള്ളത്തിന്മേലെ നടക്കുന്നു; കുഷ്ഠരോഗിയെ സുഖപ്പെടുത്തുന്നു; വെള്ളത്തെ വീഞ്ഞാക്കുന്നു; അഞ്ചപ്പത്തെ അയ്യായിരമാക്കി പൊലിപ്പിക്കുന്നു.

നക്സലൈറ്റ് സുഹൃത്തിന് ബേജാറായി. അതു പുറത്തുകാണിക്കാതിരിക്കാൻ അദ്ദേഹം താടി കഠിനമായി മാന്തിക്കൊണ്ടിരുന്നു.

“പടം എങ്ങനെയുണ്ട്?” എനിക്കു കുസൃതി തോന്നി.

“Totally mechanical!” നക്സലൈറ്റ് സുഹൃത്ത് പറഞ്ഞു.

പിന്നീട് കുറേക്കാലം ഞങ്ങളുടെ ‘വൊക്കാബുലറി’യിൽ ആ പ്രയോഗം സ്ഥാനംപിടിച്ചു: “Totally mechanical!”

ഫെല്ലിനി. മാന്ത്രികൻ. *എട്ടര*കണ്ട് സുഹൃത്തായ യുവസിനിമാ ബുദ്ധിജീവി ഇറങ്ങിവരുന്നു. ഒന്നു പരീക്ഷിച്ചാലോ?

“എങ്ങനെ?”

“അയാൾ വലിയ തരക്കേടില്ലാതെ ചെയ്തിട്ടുണ്ട്.”

“ചുമ്മാ, നേരു പറ!” സക്കറിയയിൽനിന്ന് കടംകൊണ്ട പ്രതികരണം അയച്ചു. പാലാക്കാർ അങ്ങനെയത്രെ. ആദ്യസംഭാഷണത്തിൽ നേരു പറയത്തില്ല!

ചിരിയോടൊപ്പം, പറയാത്ത തെറിവാക്കും ചുണ്ടിൽ കുറുകി:

Don’t teach the grand father how to f***k

അഥവാ, പച്ചമലയാളത്തിൽ, ഉമ്മൂമ്മാനെ... പഠിപ്പിക്കേണ്ട.

പക്ഷേ, എത്ര രസകരം, ആലോചനാമൃതം.

കൊൽക്കത്തയായിട്ടില്ലാത്ത പഴയ കൽക്കത്ത. പഴയ മദിരാശിയിൽനിന്ന് കൊറൊമാൻഡൽ എക്സ്പ്രസ്സിൽ, നരകം കണ്ടവനെപ്പോലെ, ഹൗറയിൽ വന്നിറങ്ങി. അലഞ്ഞുതിരിഞ്ഞ് ‘നൊന്ദൻ’ (നന്ദൻ) കോംപ്ലക്സിലെത്തുമ്പോൾ, അതാ മൃണാൾസെന്നും ബംഗാളി ബാബുമാരും ചേർന്ന് ഒരു ദീർഘകായനെ ഒഴുക്കിക്കൊണ്ടുവരുന്നു. ഫെർണാണ്ടോ ഇ. സൊളനാസ്. കൂടെക്കൂടി, അദ്ദേഹത്തിനു കൈകൊടുത്തു. *തീച്ചൂളയുടെ മുഹൂർത്തങ്ങൾ!* ക്യാമറ എന്ന തോക്ക്.

മാങ്ങാട് രത്നാകരൻ

ഡെലിഗേറ്റ് പാസ് കിട്ടിയില്ല എന്തു ചെയ്യും? ആ ഒഴുക്കിൽ ചേർന്നു, തിയേറ്ററിനുള്ളിൽ സ്വയം കണ്ടെത്തി.

ദ ജേർണി അങ്ങനെ കണ്ടു. പിന്നീട്, സൊളനാസിനെ ഒരു ദ്വിഭാഷിയുടെ സഹായത്തോടെ അഭിമുഖത്തിനിരയാക്കി. ചാപ്ലിൻ ആത്മകഥയിൽ പറഞ്ഞതുപോലെ, കാഞ്ചി വലിച്ചിട്ട് കൊള്ളാൻ കാത്തുനിൽക്കുന്നതു പോലെ!

നൊന്ദൻ കോംപ്ലക്സിൽ, 'ബംഗാളി കോംപ്ലക്സ്' പിന്നീട് അനുഭവിച്ചു. മിക്കയലാഞ്ചലോ അന്തോണിയോണിയെ വീൽചെയറിൽ ഉന്തിക്കൊണ്ട് സംഘാടകർ വേദിയിലേക്ക് കൊണ്ടുവന്നു. കാതടപ്പിക്കുന്ന കരഘോഷം.

സ്വാഗതപ്രസംഗം:

"ദ സിറ്റി ഒഫ് ടാഗോർ ആന്റ് സത്യജിത് റായി വെൽക്കം യൂ, സർ."

ഇന്ത്യ നാളെ ചിന്തിക്കുന്നത് ബംഗാളി ഇന്നു ചിന്തിക്കുന്നു! ബംഗാളി ബംഗാളിയെക്കുറിച്ചു മാത്രം ചിന്തിക്കുന്നു എന്നതല്ലേ ശരി?

കെ. ജയചന്ദ്രൻ, ഒ.കെ.ജോണി, രവിവർമ്മ ത്രിമൂർത്തികൾ. ജയേട്ടൻ (ജയചന്ദ്രൻ) ഡെലിഗേറ്റിന് വിശേഷപ്പെട്ട അർത്ഥം കണ്ടെത്തി:

"എടാ, അത് ഡെലിഗേറ്റല്ല, അവന്റെ ഭാര്യയാണ്."

കൊൽക്കൊത്തയിൽ നടന്ന അന്തർദ്ദേശീയ ചലച്ചിത്രോത്സവത്തിൽ (1994) സൊളനാസിനൊപ്പം. നിൽക്കുന്നവരിൽ ഇടത്തുനിന്ന് രണ്ടാമത് ലേഖകൻ.

കട്ടിക്കണ്ണടയുമായി അതാ വരുന്നു, ആന്തമാന്റെ വാല്മീകി, ബാലേട്ടൻ എന്ന ശ്രീരാമേട്ടൻ.

വാസ്തുഹാര! ദമയന്തി മലയാളികളെക്കുറിച്ചു പറഞ്ഞ വാക്കുകൾ തികട്ടി.

"They are cowards....

opportunists, reactionaries."

പോട്ടെ, ഇങ്ങനെ ലക്കും ലഗാനുമില്ലാതെ പോയാൽ, ഇതൊരു നോവലായിപ്പോകും. ഒരുപക്ഷേ, ഒരു വിക്കിപ്പീഡിയ നോവൽ? ലൂമിയർ തൊട്ട് പേരുകൾ എത്ര വേണമെങ്കിലും തൊടുക്കാം. തൊടുക്കുമ്പോഴൊന്ന്...

ചലച്ചിത്രതീർത്ഥാടനത്തെക്കുറിച്ചോർക്കുമ്പോൾ, അസ്തിത്വത്തിന്റെ സഹിക്കാനാവാത്ത ലാഘവം!

കുന്ദേരയ്ക്കു നന്ദി,

മറ്റൊരു വിശേഷണവും ചേരില്ല.

The Unbearable Lightness of Being.

2013

ഭാഗം മൂന്ന്

പിതാവും മാനസപുത്രനും

സിനിമയുടെ പിതാക്കൾ അഗസ്തെ ലൂമിയറും ലൂയി ലൂമിയറും ഇന്ത്യൻ സിനിമയുടെ പിതാവ് ധുണ്ഡിരാജ് ഗോവിന്ദ് ഫാൽക്കേയും (പുസ്തകത്തിൽ, ആമുഖകാരൻ പറയുമ്പോലെ ദന്തിരാജ് അല്ല) അതീവ ബുദ്ധിമാന്മാരും സ്വന്തം ചരിത്രനിയോഗത്തെക്കുറിച്ചും പ്രാധാന്യത്തെ ക്കുറിച്ചും ആത്മബോധം ഉള്ളവരും ആയിരുന്നതിനാൽ, അവർ ക്യാമറ അവർക്കുനേരെയും തിരിച്ചു. ഫാൽക്കേ ചിന്തിച്ചിരിക്കുന്നതും തിരക്കഥ യെഴുതുന്നതും എഡിറ്റു ചെയ്യുന്നതുമായ ദൃശ്യങ്ങൾ നമുക്കു ലഭ്യമാണ്. മലയാള സിനിമയുടെ പിതാവ് ജോസഫ് ചെല്ലയ്യ ഡാനിയേൽ, സിനിമ യ്ക്കകത്ത്, തന്നെ ഉൾപ്പെടുത്തിയിരുന്നു. പക്ഷേ ആ സിനിമയുടെ ഒരു തുണ്ടുപോലും ഇന്നു കണികാണാനില്ല. ഭാഗ്യത്തിന് ഡാനിയേൽ ഉള്ള ഒരു നിശ്ചലദൃശ്യം മാത്രം ബാക്കിയായിട്ടുണ്ട്.

ജെ.സി.ഡാനിയേൽ എന്ന മഹാപുരുഷനെ മലയാളസിനിമയുടെ പിതാവായി അംഗീകരിക്കാൻപോലും തയ്യാറാകാതിരുന്ന 'പിതൃ ശൂന്യ'രായ സമൂഹമായിരുന്നു മലയാളികൾ, എഴുപതുവരെയും. ഡാനി യേലിന് പിതൃസ്ഥാനം കല്പിച്ചുകൊടുക്കാനായി, ജീവിതത്തിന്റെ വലി യൊരു ഭാഗം ഉഴിഞ്ഞുവെച്ച ചേലങ്ങാട് ഗോപാലകൃഷ്ണനാണ് ആ ജീവിതകഥയെഴുതിയത്. ചേലങ്ങാടന്റെ വിട്ടുവീഴ്ചയില്ലാത്ത പോരാട്ടം മൂലമാണ് ആദ്യകാല മലയാളസിനിമയുടെ ചരിത്രം വികലമായിപ്പോകാ തിരുന്നത്. നമുക്ക് പ്രണമിക്കാം.

ഡാനിയേലിനെ ആദ്യമായി കണ്ടപ്പോഴുണ്ടായ വികാരത്തള്ളിച്ച ഈ ജീവിതക്കുറിപ്പിനെ സാന്ദ്രമാക്കുന്നു: "ഞാനിപ്പോൾ ഇരിക്കുന്നത് മല യാള സിനിമയുടെ പിതാവിന്റെ മുന്നിലാണല്ലോ എന്ന ചിന്തയാണ് എന്നിൽ നിഴലിച്ചുനിന്നത്... അവിടെ വെച്ചിട്ടുള്ള ഗദയും മറ്റും *വിഗത കുമാരന്റെ* ഷൂട്ടിംഗിനായി ഉപയോഗിച്ചതാണെന്നു പറഞ്ഞപ്പോൾ ഞാൻ അറിയാതെ നെഞ്ചത്ത് കൈവെച്ച് ആദരവ് പ്രകടിപ്പിച്ചു... (പോകാൻ

കെ.സി. ഡാനിയേലിന്റെ ജീവിതകഥ, ചേലങ്ങാട് ഗോപാലകൃഷ്ണൻ. കറന്റ് ബുക്സ്, തൃശ്ശൂർ, 2012 വില: 55 രൂപ

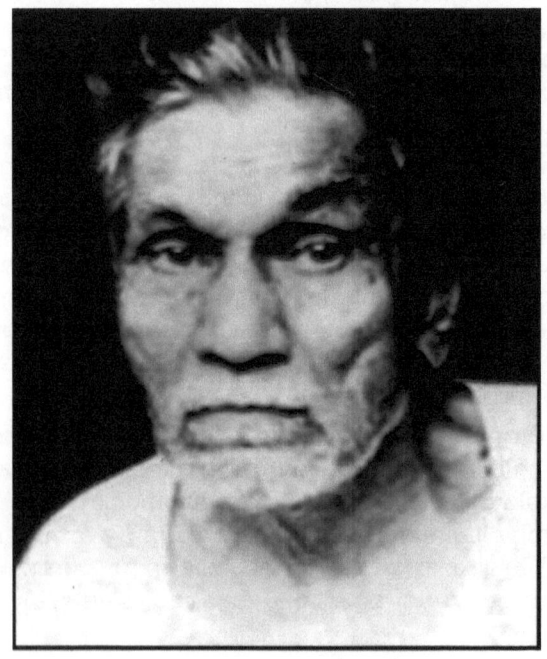

ജെ.സി. ഡാനിയേൽ - രണ്ടു കാലങ്ങളിൽ

നേരത്ത്) അദ്ദേഹം എന്നെ തലയിൽ കൈവെച്ച് അനുഗ്രഹിച്ചു... ഭാഷാ പിതാവായ തുഞ്ചത്ത് എഴുത്തച്ഛൻ ഏതെങ്കിലും സാഹിത്യകാരനെ അനുഗ്രഹിച്ചതായി അറിവില്ല. ഇവിടെ മലയാളസിനിമയുടെ പിതാവാണ് എന്നെ, എന്നെ മാത്രം അനുഗ്രഹിച്ചത്." (പേജ് 55, 56)

'അധികമാരും അറിയാതെ അനുശോചിക്കാതെ നമ്മെ വിട്ടുപോയ പ്രതിഭാധനനും ചരിത്രാന്വേഷകനുമായ ചേലങ്ങാടന്റെ ഒരു സുപ്രധാന കൃതി, ഇതാ അദ്ദേഹത്തിന്റെ മകൻ കണ്ടെടുത്ത് പ്രസാധനം ചെയ്യുന്നു' എന്ന് അവതാരികയിൽ അടൂർ ഗോപാലകൃഷ്ണൻ എഴുതിയത് (പേജ് XII) അവതാരികാസഹജമായ അതിശയോക്തിയായി കണ്ടാൽ മതി. ചേലങ്ങാടൻ, 1994-ൽ പ്രസിദ്ധീകരിച്ച *വെള്ളിത്തിരയിലെ അണിയറരഹസ്യങ്ങൾ* എന്ന പുസ്തകത്തിലെ ചില ലേഖനങ്ങളുടെ (പേജ് 16-48, 56-62) വിപുലീകരിച്ച രൂപമാണ് ഈ ജീവിതകഥ. ഒരു അപസർപ്പകകഥയെ ഓർമ്മിപ്പിക്കുംവിധം ഡാനിയലിനെ തേടിപ്പോയി കണ്ടെത്തുകയും പിന്നീട് രണ്ടുവട്ടം കാണുകയും കത്തിടപാടുകൾ നടത്തുകയും ചെയ്ത ചേലങ്ങാടൻ ഡാനിയേലിന്റെ വിശദമായ ജീവിതകഥയും *വിഗതകുമാര*ന്റെ പിറവിയുടെ സൂക്ഷ്മവിശദാംശങ്ങളും തിരക്കി, സമഗ്രമായ ഒരു ജീവചരിത്രമെഴുതാൻ മുതിരാതിരുന്നത്, സങ്കടമെന്നേ പറയാവൂ. ഗ്രന്ഥകാരൻ അതിനിങ്ങനെ ന്യായം പറയുന്നുണ്ട്.

"അവിടെ കണ്ട കാഴ്ചയും ദാരിദ്ര്യത്തിന്റെ നീരാളിപ്പിടിത്തവും എന്നിലെ പത്രക്കാരന്റെ അന്വേഷണത്വരയെ മരവിപ്പിച്ചുകളഞ്ഞു. ശാരീരികമായും മാനസികമായും നന്നേ അവശനായ അദ്ദേഹത്തോട് നഷ്ടങ്ങളെപ്പറ്റി ചോദിച്ച് മുറിവിന് ആഴവും വ്യാപ്തിയും കൂട്ടേണ്ട എന്ന ചിന്തയാണ് എന്നെ അപ്പോൾ ഭരിച്ചിരുന്നത്." (പേജ്: 57)

മലയാളസിനിമയുടെ പിതാവിന്റെ ജീവിതകഥ 'സിനിമയെ തോല്പിക്കുന്ന' കഥയാണ്. 'ടേൽസ് സ്ട്രേഞ്ചർ ദാൻ ഫിക്ഷൻ' എന്ന് പഴയ മട്ടിൽ പറയുംമാതിരി. വായിൽ വെള്ളിക്കരണ്ടിയുമായി ജനിച്ച ഡാനിയേൽ, ജീവിതാന്ത്യത്തിൽ പ്ലാവിലക്കുമ്പിളിൽ കഞ്ഞികുടിക്കാൻ പോലും ഗതിയില്ലാതെയായി. ഡാനിയേലിന്റെ അന്ത്യകാലത്ത് ഭാര്യ ജാനറ്റ്, ഗോപാലകൃഷ്ണന് എഴുതി:

"അദ്ദേഹത്തിന് തന്നത്താൻ എണീക്കാനും ഇരിക്കാനും കിടക്കാനും കഴിയുന്നില്ല. ഞാൻ തന്നെ എല്ലാ ശുശ്രൂഷകളും ചെയ്യേണ്ടിയിരിക്കുന്നു. ഒരാശ വെക്കാനുള്ള സ്ഥിതി എനിക്കില്ല. ഞങ്ങൾ വളരെ കഷ്ടത്തിലാണ് ജീവിക്കുന്നത്. നിങ്ങളെല്ലാവരും ഉത്സാഹിച്ച് ഞങ്ങൾക്ക് എന്തെങ്കിലും സഹായിക്കുമെന്ന് ഞാൻ വിശ്വാസത്തോടെ കാത്തിരിക്കുന്നു. ദൈവസഹായത്തിനുവേണ്ടി ദൈവത്തോടു കണ്ണുനീരോടെ അപേക്ഷിക്കുന്നു." (16.1.1974)

*വിഗതകുമാര*നിൽ നായികയായി അഭിനയിച്ച പി.കെ.റോസിയുടെ ജീവിതകഥ വായിക്കുമ്പോഴും നാം നടുങ്ങും. എൺപതുവർഷം മുമ്പുള്ള

പി.കെ. റോസി

സമൂഹം സിനിമാനടിയെ അന്നു കുഷ്ഠരോഗികളെ കാണുന്നതിനേക്കാൾ അറപ്പോടെയാണ് കണ്ടിരുന്നത്. റോസിയെ വെള്ളിത്തിരയിൽ കാണുമ്പോൾ ചെരിപ്പും കല്ലും എറിഞ്ഞു. ജീവിതപരാജയങ്ങൾ ഏറ്റുവാങ്ങിയ റോസി, പിന്നീട് ഒരു ഡ്രൈവറുടെ കൂടെ ഒളിച്ചോടി. റോസിയെക്കുറിച്ച് പിന്നീട് ഒരു വിവരവുമില്ല. പി.കെ. റോസി എന്നു കരുതപ്പെടുന്ന ഒരേയൊരു ഫോട്ടോ ലഭ്യമാണെങ്കിലും അതു റോസി തന്നെയാണോ എന്ന കാര്യത്തിൽ തീർച്ചയില്ല. ഒരുപക്ഷേ, നാമൊരിക്കലും അറിയാൻ പോകുന്നുമില്ല.

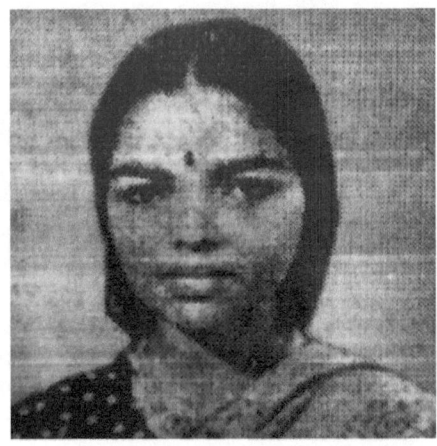

ഡാനിയേലിന്റെ മൂന്നു ഫോട്ടോകൾ അനുബന്ധമായി ചേർത്തിട്ടുണ്ട്. യുവാവായ ഡാനിയൽ, വൃദ്ധനായ ഡാനിയേൽ, ഡാനിയേൽ ദന്തവൈദ്യനായിരുന്ന കാലത്തെ (?) കുടുംബഫോട്ടോ. ഡാനിയലിന്റെ തിളക്കം മുറ്റിയ കണ്ണുകൾ, വാർദ്ധക്യത്തിലും കെടാതെ തിളങ്ങുന്ന കണ്ണുകൾ, മലയാള സിനിമയുടെ ഭാവിയിലേക്ക് ചുഴിഞ്ഞു നോക്കുന്നതായി എനിക്ക് അനുഭവപ്പെട്ടു.

ചേലങ്ങാടന്റെ ഈ കൃതി, ആർ. ഗോപാലകൃഷ്ണൻ സംവിധാനം ചെയ്ത *ദ ലോസ്റ്റ് ലൈഫ്, വിഗതകുമാര*നിലെ നായിക പി.കെ. റോസിയെ മുഖ്യകഥാപാത്രമാക്കി വിനു എബ്രഹാം എഴുതിയ *നഷ്ട നായിക* എന്ന നോവൽ - ഡാനിയേലിനെക്കുറിച്ചുള്ള ചില രചനകൾ. - തീർന്നു മലയാളത്തിലെ ആദ്യസിനിമയെക്കുറിച്ചും അതിന്റെ സംവിധായകനെക്കുറിച്ചുമുള്ള രചനാസാകല്യം. *വിഗതകുമാരൻ* സിനിമയുടെ ഇംഗ്ലീഷിലുള്ള കഥാസാര (The lost child) ത്തിന്റെ ഫോട്ടോകോപ്പി വായിക്കാൻ പറ്റാത്ത വിധത്തിൽ അനുബന്ധമായി ചേർത്തിട്ടുണ്ട്. അതിന്റെ 'പാഠം' (text) എത്ര വിലപ്പെട്ടതാണെന്ന് പുസ്തകം ഒരുക്കിയവർക്ക് അറിയാതെപോയോ?

2012

എന്റെ അന്ത്യശ്വാസം

കാസർകോട് ഫിലിം സൊസൈറ്റി ആപ്പീസിന്റെ ചുമരിൽ പ്രൊജക്ട് ചെയ്ത *നസറീൻ* വീർപ്പടക്കി കണ്ടുതീർത്ത് തരിച്ചിരിക്കുമ്പോൾ, കുറച്ചു നാൾ മുമ്പ് അതേ മുറിയിൽ, ജോൺ ഏബ്രഹാം ലൂയി ബുനുവലിനെ 'ആ പുലയാടിമോൻ' എന്നു സ്നേഹിച്ചതെന്തിനെന്ന് എനിക്കു മനസ്സിലായി. *നസറീ*ന്റെ അന്ത്യത്തിലെ കലന്ദയിലെ ചെണ്ടമേളം തെയ്യത്തിന്റെ ചെണ്ടമേളം പോലെത്തന്നെ എന്നെ പിന്തുടർന്നു.

ബ്രണ്ണനിലെത്തുമ്പോൾ മലയാളം വകുപ്പിന്റെ ലൈബ്രറിയിൽ വിശിഷ്ടഗ്രന്ഥങ്ങൾക്കൊപ്പം *എന്റെ അന്ത്യശ്വാസം* കണ്ടെത്തി. മുറിയിലെത്തി ശ്വാസംപിടിച്ചു വായിച്ചുതീർത്തു. പിന്നീടിന്നോളം എത്ര തവണ വായിച്ചിരിക്കാം? അറിഞ്ഞുകൂടാ. ചില അധ്യായങ്ങൾ തർജ്ജമ ചെയ്തു. ചില അധ്യായങ്ങൾ വീണ്ടും വീണ്ടും വായിച്ചു. ചില ഫലിതങ്ങളിൽ മുങ്ങിക്കുളിച്ചു. ചില നിരീക്ഷണങ്ങളിൽ തിളങ്ങി. ചില ശീലങ്ങൾ അനുകരിക്കാൻ ശ്രമിച്ചു. ജീവിതവും കാഴ്ചപ്പാടുകളും മാറി മറിഞ്ഞു.

ആദ്യ അധ്യായങ്ങളിൽ ഞാൻ എന്നെത്തന്നെ കണ്ടെത്തി, അഥവാ ബുനുവലിന്റെ ജീവിതാനുഭവങ്ങളിൽ എന്നെ ചേർത്തുവച്ചു.

ഓർമ്മകൾ, അതിന്റെ ചില അംശങ്ങൾ നഷ്ടപ്പെട്ടു തുടങ്ങുമ്പോഴാണ് ഓർമ്മയാണ് നമ്മുടെ ജീവിതമെന്ന് മനസ്സിലാക്കിത്തുടങ്ങുക. ഓർമ്മയില്ലാത്ത ജീവിതം ജീവിതമേ അല്ല, ആവിഷ്കരിക്കാനാവാത്ത ബുദ്ധി ബുദ്ധിയല്ലാതായിത്തീരുന്നതുപോലെ. നമ്മുടെ ഓർമ്മയാണ് നമ്മുടെ കെട്ടുറപ്പ്, യുക്തി, വികാരം, നമ്മുടെ പ്രവർത്തനംപോലും അതെ, അതില്ലെങ്കിൽ നാമൊന്നുമില്ല. ('ഓർമ്മകൾ' : അധ്യായം 1) "എന്റെ ഗ്രാമമായ കലന്ദയിൽ 1900 ഫെബ്രുവരി 22ന് ഞാൻ ജനിച്ചു. ഒന്നാം ലോകയുദ്ധം വരെ മധ്യകാലഘട്ടത്തിലാണ് ഞാൻ ജീവിച്ചത്. അടഞ്ഞതും ഒറ്റപ്പെട്ടതുമായ ആ സമൂഹത്തിന്റെ ഗതി മാറ്റമില്ലാത്തതായിരുന്നു. വലിയ ഭൂവുടമകളോട് കർഷകർക്കും കുടിയാന്മാർക്കുമുള്ള ബഹുമാനാദരങ്ങൾ

ലൂയി ബുനുവൽ
മിൽക്കി വേയുടെ സെറ്റിൽ

പാരമ്പര്യത്തിൽ വേരൂന്നിയതും ഇളക്കാനാവാത്തതുമായി തോന്നിച്ചു. (മധ്യകാലത്തിൽനിന്നുള്ള ഓർമ്മകൾ: അധ്യായം 2)

എന്റെ കുട്ടിക്കാലമോ? 1962 മുതൽ 1975 വരെ മധ്യകാലഘട്ടത്തിലായിരുന്നു. ചന്ദ്രഗ്രഹണവേളകളിൽ ഗ്രാമത്തിൽ കൂട്ടനിലവിളി മുഴങ്ങി:

"വിട്ടറ് കണ്ണാ

വിട് വിട് കണ്ണാ

ഞങ്ങളെ ദേവറെ കൈവിട് കണ്ണാ."

ആ നിലവിളി കേട്ട് ചന്ദ്രനെ വിഴുങ്ങാനാഞ്ഞ പാമ്പ്, കുറച്ചുനേരത്തേക്കു മാത്രം ഇരുൾ പരത്തി, ചന്ദ്രനെ കൈവിട്ടു പാഞ്ഞുപോയി.

പേർഷ്യയിൽനിന്നു വന്ന പരിഷ്കാരികൾ തെയ്യത്തിന്റെ ഫോട്ടോയെടുക്കുമ്പോൾ വലിയമ്മ അവർക്കറിയാത്ത വലിയ രഹസ്യം എന്റെ ചെവിയിൽ പറഞ്ഞു: "തെയ്യത്തെ പോട്ടത്തില് കിട്ടൂല്ല..."

കലന്ദയിലെ ചെണ്ടകൾ ദുഃഖവെള്ളിദിനത്തിൽ ഉച്ചതൊട്ട് ശനിയാഴ്ച ഉച്ചവരെ നിർത്താതെ മുഴങ്ങിക്കൊണ്ടിരിക്കും... അത് ഉള്ളിൽ വികാരതരംഗങ്ങളുണ്ടാക്കും... സംഗീതം കേൾക്കുമ്പോഴുണ്ടാകുന്ന വികാരം കലന്ദയിലെ ചെണ്ടകൾ ഉണ്ടാക്കുന്നതിനു പിന്നിലെന്തെന്ന് എനിക്ക് സത്യത്തിൽ അറിഞ്ഞുകൂടാ. അന്യലോകത്തുനിന്നുള്ള ഏതോ രഹസ്യതാളലയം ശരീരത്തിൽ വിറയലുണ്ടാക്കിക്കൊണ്ടു പടരും. യുക്തിചിന്തയ്ക്ക് അതീതമാണത്. (കലന്ദയിലെ ചെണ്ടകൾ: അധ്യായം 3)

തൊട്ടിലിൽ കിടക്കുമ്പോൾ തൊട്ട് തെയ്യത്തിന്റെ ചെണ്ടമേളം ഞാനും കേട്ടിരിക്കണം. പിന്നെപ്പിന്നെ, ചെണ്ടയ്ക്ക് കോലിട്ടിടത്തെല്ലാം പോയി. വിഷ്ണുമൂർത്തിയുടെ ഉറയലിന് ഒരു താളം, കുളിയന് മറ്റൊരു താളം, പനിയനു വേറൊരു താളം. താളം മാത്രം കേട്ട് ഏതു തെയ്യം എന്നു എനിക്കു പറയാനാവുമായിരുന്നു.

(ബക്കലോറിയറ്റ് പഠിക്കുന്നതിനു മുമ്പുള്ള രണ്ടു വർഷം) സാഹിത്യ, ദാർശനിക, ചരിത്രപുസ്തകങ്ങൾ വായിച്ചു. സ്പെൻസർ, റൂസ്സോ, മാർക്സ് തുടങ്ങിയവരെ കണ്ടെത്തി. ഡാർവിന്റെ ജീവിവർഗ്ഗത്തിന്റെ ഉത്ഭവം വായിച്ചപ്പോൾ, അവശേഷിച്ചിരുന്ന ഇത്തിരി വിശ്വാസംകൂടി പമ്പ കടന്നു. ('സാരഗോസ്സ്: അധ്യായം 4)

ബിരുദത്തിനു മുമ്പുള്ള രണ്ടു വർഷങ്ങൾ യുക്തിവാദ പ്രസ്ഥാനത്തിൽ ആണ്ടുമുങ്ങിയിരുന്നു. *യുക്തിവാദി* മാസികയിൽ സാർത്രിനെക്കുറിച്ചുപോലും എഴുതി! എം.സി. ജോസഫ് മരിച്ചപ്പോൾ ഞാനും ഒരു കൂട്ടുകാരനും കരിങ്കൊടിയേന്തി കാമ്പസിലൂടെ നടന്നു.

ബാറുകളിൽ ചെലവഴിച്ച ആഹ്ലാദകരമായ മണിക്കൂറുകൾ എണ്ണാൻ കഴിയില്ല. ജീവിതത്തിന് ഒഴിച്ചുകൂടാനാവാത്ത ധ്യാനമനനങ്ങൾക്ക് ഏറ്റവും ഉചിതമായ ഇടം. ബാറുകളിൽ ഇരിക്കുകയെന്ന ശീലം പിന്നെപ്പിന്നെ അങ്ങ് ഉറച്ചു. സെന്റ് സിമോൺ സ്റ്റൈലിറ്റുകൾ ഗോപുരത്തിൽ

കയറി ദൈവത്തോട് പ്രാർത്ഥിക്കുന്നതുപോലെ, നീണ്ട, ശാന്തമായ, ഏകാന്തമായ നേരങ്ങൾ, ദിവാസ്വപ്നം കണ്ടും വെയിറ്റർമാർക്കുനേരെ തലയാട്ടിയും, ചിലപ്പോൾ എന്നോടുതന്നെ സംസാരിച്ചും മനസ്സിന്റെ കണ്ണിൽ തെളിയുന്ന ദൃശ്യപരമ്പരകൾ ആസ്വദിച്ചും ചെലവഴിച്ചു. - (ഭൂമിയിലെ ആഹ്ലാദങ്ങൾ: അധ്യായം 6)

അതുമാത്രം എനിക്കു തീരെ പരിചയമില്ല, പ്രിയ ബുനുവൽ! മദ്യത്തിന്റെയും പുകയിലയുടെയും അസുലഭാനുഭൂതികൾ ഏഴരപ്പേജിൽ എഴുതി, പിന്നെ നൽകുന്ന ഉപദേശമാണ് ഹരംകൊള്ളിച്ചത്. മദ്യപിക്കുകയോ പുകവലിക്കുകയോ അരുത്. അവ ആരോഗ്യത്തിനു ഹാനികരമാണ്!

പിന്നീടുള്ള ജീവിതത്തിലോ? ബുനുവലിൽ നിന്നു പഠിച്ചത് ചുരുക്കത്തിൽ ഇതാണ്:

1950-കളുടെ അവസാനം വരെ ഞാൻ കമ്യൂണിസ്റ്റ് പാർട്ടിയോട് അനുഭാവമുള്ള ആളായിരുന്നു. എല്ലാത്തരത്തിലുള്ള മൗലികവാദവും എന്നും എന്നിൽ വെറുപ്പുളവാക്കിയിരുന്നു. മാർക്സിസവും അതിനൊരു അപവാദമായിരുന്നില്ല. അന്തിമസത്യം കണ്ടെത്തിക്കഴിഞ്ഞു എന്നവകാശപ്പെടുന്ന മറ്റേതൊരു മതത്തെയുംപോലെയായിത്തീർന്നു മാർക്സിസം. ഉദാഹരണത്തിന്, 1930-കളിൽ മാർക്സിസ്റ്റ് തത്ത്വശാസ്ത്രം അബോധമനസ്സിനെക്കുറിച്ചോ വ്യക്തിയുടെ അഗാധവും നാനാവിധവുമായ മനശ്ശക്തിയെക്കുറിച്ചോ എന്തെങ്കിലും ഒരു പരാമർശംപോലും അനുവദിച്ചിരുന്നില്ല. സാമൂഹികവും സാമ്പത്തികവുമായ വിശകലനത്തിലൂടെ എല്ലാം വിശദീകരിക്കാനാവും എന്നായിരുന്നു മാർക്സിസ്റ്റുകളുടെ നിലപാട്. ഇത്തരമൊരു സമീപനം മനുഷ്യവംശത്തിൽ പാതിയോളം പേരെ പുറത്തുനിർത്തുന്നു.

ഈയിടെ, യൂട്യൂബിൽ ബുനുവലിനെക്കുറിച്ച് ഫ്രഞ്ച് ടെലിവിഷൻ നിർമ്മിച്ച ഒരു ഡോക്യുമെന്ററി കണ്ടു (Un cinceaste de notre temps: Luis Bunuel, 1963. നമ്മുടെ കാലത്തെ ഒരു ചലച്ചിത്രകാരൻ: ലൂയി ബുനുവൽ).

ഡോക്യുമെന്ററിയിൽ ബുനുവലിന്റെ സംഭാഷണം ഇങ്ങനെ തീരുന്നു:

സംസ്കാരത്തിൽനിന്നും രക്ഷപ്പെടാനായി ഒരു നിരക്ഷരനാകാൻ ഞാൻ ആഗ്രഹിക്കുന്നു. ഞാൻ വളരെയേറെ വായിച്ചിട്ടുണ്ടാകാം, വിദ്യാർത്ഥികാലത്ത് വിശേഷിച്ചും. കൂടാതെ ബുദ്ധിജീവിവൃന്ദവുമായി കൂട്ടുകൂടി. ഇപ്പോൾ ഞാനതിൽനിന്നു കുതറിമാറുകയാണ്. 'പുസ്തകപ്പുഴു'വാകുന്നത് എനിക്കിഷ്ടമല്ല. എത്രയോ പുസ്തകങ്ങൾ, അതിനെക്കുറിച്ചുള്ള ഗീർവാണങ്ങൾ, ആകെ ശ്വാസംമുട്ടുന്നു. സൈദ്ധാന്തികമായിട്ടെങ്കിലും ബാല്യത്തിലേക്ക് മടങ്ങുക, ആരും പുസ്തകം വായിക്കാത്ത ഒരു ലോകത്ത് ജീവിക്കുക...

സദാ ചിരിച്ചുകാണപ്പെടുന്ന ബുനുവലിന്റെ മുഖത്ത് തമാശ പറയുമ്പോൾ ഗൗരവം നിഴലിക്കാറാണു പതിവ്. ഇങ്ങനെ പറഞ്ഞപ്പോഴും അതെ. ബുനുവൽ തമാശ പറയുകയായിരുന്നോ? അല്ലെന്നാണ് എനിക്കു തോന്നുന്നത്.

2013

ഭാഗം നാല്

പണിതീരാത്ത വീട്*

രാംകിങ്കർ എ പേഴ്സണാലിറ്റി സ്റ്റഡി
സംവിധാനം: ഋത്വിക് ഘട്ടക്ക്
1975 ജൂലൈ

വിശ്രുത ശില്പിയും ചിത്രകാരനുമായ രാംകിങ്കർ ബെയ്ജിന്റെ (1906 -1980) ജീവിതവും കലയും ശാന്തിനികേതനിൽ വെച്ച് തുടർച്ചയായി നാലു ദിവസം ചിത്രീകരണം നടത്തിയിരുന്നു.

പിന്നീട് കുറച്ചുകൂടി ചിത്രീകരിച്ച് ചിത്രം പൂർത്തിയാക്കാനായിരുന്നു ഘട്ടക്ക് ഉദ്ദേശിച്ചിരുന്നത്. നിർഭാഗ്യവശാൽ ഘട്ടക്ക് 1976 ഫെബ്രുവരി 6-ാം തീയതി ഓർമ്മയായി. ചിത്രം അതോടെ അപൂർണമായി അവശേഷിച്ചു.

ഋത്വിക് ഘട്ടക്ക് ചിത്രീകരിച്ച ഫിലിം ഫുട്ടേജുകൾ ഞങ്ങൾ ശേഖരിച്ചു. ഘട്ടക്ക് വിഭാവനം ചെയ്ത അതേമട്ടിൽ അവ നിങ്ങളുടെ മുന്നിൽ അവതരിപ്പിക്കുകയാണ്.

വെളുത്ത സ്ക്രീൻ. അതിലേക്ക് പല ഭാഗങ്ങളിൽ നിന്നും നിറങ്ങൾ ചീറ്റുന്നു. നീല, ചുവപ്പ്, മഞ്ഞ അങ്ങനെ.

വിവിധ കോണുകളിൽനിന്നു കാണുന്ന രാംകിങ്കറിന്റെ ശില്പങ്ങൾ.

(വിവിധ ആംഗിളുകളിൽ നിന്നും)

ബുദ്ധൻ

വിനോദിനി

സന്താൾ കുടുംബം

ഗാന്ധി

മൈഥുനം

നദി. ഗ്രാമത്തിന്റെ നിമ്നോന്നതങ്ങളായ ദൃശ്യങ്ങൾ. തലയാട്ടുന്ന വൃക്ഷങ്ങൾ. കുട്ടികൾ പാതയിലൂടെ ഓടുന്നു. പാതയിലൂടെ നീങ്ങുന്ന കാളവണ്ടികൾ. സന്താൾ കുടിലുകൾ. ഇളകുന്ന പുല്ലുകൾ. മുള്ളുവേലികൾ.

* ശീർഷകം ലേഖകന്റേത്

പുഞ്ചിരിക്കുന്ന സന്താൾ യുവതി. പിൻകാലുകൊണ്ട് കഴുത്തുചൊറിയുന്ന ആട്. മുലക്കച്ച നീക്കി കുഞ്ഞിനെ മുലയൂട്ടുന്ന അമ്മ.

*കലാഭവ*നിൽ നിന്ന് പുറത്തുവരുന്ന വിദ്യാർത്ഥികളും വിദ്യാർത്ഥിനികളും. അവർ കലയെക്കുറിച്ച് സംസാരിച്ചുകൊണ്ടു നടക്കുന്നു.

അവർ ദൃശ്യത്തിൽ നിന്ന് നീങ്ങുമ്പോൾ ക്യാമറ *കലാഭവ*ന് അകത്തേക്ക്. *കലാഭവ*നിലെ ചുമർചിത്രങ്ങളിലൂടെ നീങ്ങുന്നു.

രാംകിങ്കറിന്റെ മേൽനോട്ടത്തിൽ പല കലാകാരന്മാർ ചിത്രീകരിച്ച ചുമർചിത്രങ്ങൾ. നന്ദലാൽ ബോസിന്റെ ചില ചിത്രങ്ങളും കാണാം.

ക്യാമറ വീണ്ടും ചുമർചിത്രങ്ങളിലേക്ക്. ആര്യ, ദ്രാവിഡശില്പങ്ങൾ മാത്രമല്ല, അസീറിയൻ, ഈജിപ്ഷ്യൻ, പേർഷ്യൻ ശില്പങ്ങളും മോഹൻജൊദാരോ ശില്പങ്ങളും കാണാം. ഓരോന്നിനെയും വിശദമാക്കുന്ന സംഭാഷണങ്ങൾ.

രാംകിങ്കറിന്റെ ഗാന്ധിശില്ത്തിന്റെ വിവിധ ആംഗിളുകളിൽ നിന്നുള്ള ദൃശ്യങ്ങൾ.

ഘട്ടക്കും രാംകിങ്കറും ഗാന്ധിശില്പത്തിനു മുന്നിലിരുന്ന് സംസാരിക്കുന്നു.

ഘട്ടക്ക് : *കിങ്കർദാ, ഗാന്ധിയുടെ കാല്പാദത്തിനടിയിൽ ഒരു തലയോട്ടിയുണ്ട്. എന്താണ് ഉദ്ദേശിക്കുന്നത്?*

രാംകിങ്കർ : വളരെ ലളിതമാണ്. അത്തരം ദൃശ്യങ്ങൾ നമ്മുടെ ശില്പകലയിൽ കാലാകാലമായി ഉണ്ട്. നമ്മുടെ കാലത്തും അതങ്ങനെ തന്നെയാണ്.

ഘട്ടക്ക് : കട്ട്.

കർഷകദമ്പതികളുടെ ശില്പത്തിനരികിലൂടെ നടന്നുവരുന്ന രാംകിങ്കർ.

ഘട്ടക്ക് : *കിങ്കർദാ, ഈ ചിത്രം, അതായത് ശില്പം, എപ്പോഴാണ് ചെയ്തത്?*

രാംകിങ്കർ : അവർ കൂലിപ്പണിക്കാരാണ്. അരിമില്ലിൽ പണിയെടുക്കുന്നവർ. മില്ലിലെ സൈറൺ കേട്ട് അവർ ഓടുകയാണ്. അവരുടെ വസ്ത്രം ഉണക്കാൻപോലും അവർക്കു നേരമില്ല. ഓടുന്ന വഴിക്ക് ഉണക്കാനായി വസ്ത്രം നിവർത്തിപ്പിടിച്ചിരിക്കുന്നു. അതാണ് സംഗതി. (പൊട്ടിച്ചിരിക്കുന്നു)

ഘട്ടക്ക് : *അങ്ങനെയാണോ?*

രാംകിങ്കർ : കാറ്റിൽ സാരി ഉണങ്ങിക്കൊണ്ടിരിക്കുന്നു.

കർഷകദമ്പതികളുടെ ശില്പത്തിന്റെ വിശദാംശങ്ങൾ.

തുടർന്ന് എരുമയും മത്സ്യവുമുള്ള ശില്പത്തിലേക്ക്.

ഘട്ടക്ക് ഒരു സിഗരറ്റ് കൊളുത്തുന്നു.

ഘട്ടക്ക് : *കിങ്കർദാ, സുകുമാർ റോയ് കടലാമയും വെള്ളക്കൊക്കും വരുന്ന ദൃശ്യം വിഭാവനം ചെയ്തിട്ടുണ്ട്. അതുപോലെ ആൺതാറാവും മുള്ളൻപന്നിയും ഒന്നിച്ചുവരുന്നു. ഇവിടെ എരുമയും മീനുമാണ്. എന്താണത്?*

രാംകിങ്കർ : ഞാൻ പറയാം.

ഘട്ടക്ക് : *പറയൂ.*

രാംകിങ്കർ : ആ, എന്നല്ല... ഒരു ദിവസം ഞാൻ കുളത്തിന്നരികിലൂടെ പോകുമ്പോൾ, ആ എരുമ കുളത്തിലേക്ക് ഇറങ്ങുന്നതു കണ്ടു.

ഘട്ടക്ക് : *പിന്നെ എരുമ മീനായി മാറിയോ?*

രാംകിങ്കർ : കേൾക്കൂ, വാലിളക്കി അത് വെള്ളം തെറിപ്പിക്കുകയായിരുന്നു. വാലിളക്കുന്ന ആ കാഴ്ച. അതാണ് ഞാൻ പൊലിപ്പിച്ചെടുത്തത്.

ഘട്ടക്ക് : *അതെനിക്കു മനസ്സിലായി. പക്ഷേ, എന്താണതിനർത്ഥം?*

രാംകിങ്കർ : ഒരർത്ഥവുമില്ല. ഒരു എരുമയും മീനും.

ഘട്ടക്ക് : *അങ്ങനെ എടുക്കാമോ?*

രാംകിങ്കറും ഘട്ടക്കും

രാംകിങ്കർ: ഉദാഹരണത്തിന് പല സന്ദർഭങ്ങളിലും അത്തരം ദൃശ്യങ്ങൾ ഉപയോഗിക്കാറുണ്ട്. ഒരു യുവതിയും പാമ്പും. അങ്ങനെ ഒന്നായി കരുതിയാൽ മതി.

ഘട്ടക്ക് : *ഓ, എനിക്കു മനസ്സിലായി... താങ്കൾക്ക് അസ്സൽ വട്ടുതന്നെ കിങ്കർദാ... എനിക്ക് യാതൊരു സംശയവുമില്ല.*

രാംകിങ്കർ: വട്ടോ, എനിക്കോ? ആ വാലിന്റെ ഇളകൽ ഞാൻ പിടിച്ചെടുക്കാൻ നോക്കി. അതാണ് ഉദ്ദേശിച്ചത്.

ഘട്ടക്ക് : *കട്ട്.*

രാംകിങ്കറിന്റെ മുറി. ചെറിയ ചെറിയ ശില്പങ്ങൾ അങ്ങുമിങ്ങും.

ഘട്ടക്ക് : *ഇതെല്ലാം എന്താണ് കിങ്കർദാ...*

രാംകിങ്കർ: വലിയ ശില്പങ്ങൾക്കുള്ള പ്രാഥമിക രൂപങ്ങൾ. ഏകദേശം പതിനെട്ട് ഇഞ്ച് ഉയരം വരും. ആവശ്യം വന്നാൽ അവയെ ആ രൂപത്തിൽ വലുതാക്കും. അങ്ങനെ പലതും വലുതാക്കി ചെയ്തിട്ടുണ്ട്.

ഘട്ടക്ക് : *കിങ്കർദാ... അങ്ങനെ ഇളകരുത്... നേരെ ക്യാമറക്ക് മുന്നിൽ നിന്ന് എന്നോടു സംസാരിക്കൂ.*

രാംകിങ്കർ: ഈ ശില്പം ജലധാരയ്ക്കു മുന്നിൽ പ്രതിഷ്ഠിക്കണം. സ്ത്രീകൾ കുളിക്കുന്നു. ഞാൻ സ്ത്രീയെയല്ല, എരുമയെയാണ് ഉണ്ടാക്കിയത്, താങ്കൾ ഇന്നലെക്കണ്ട എരുമയില്ലേ?

ഘട്ടക്ക് : *ശരി, ശരി. ഇനി നേരെ തലതിരിച്ച് ക്യാമറക്കുനേരെ നോക്കൂ... ക്യാമറയുടെ ലെൻസിനു നേരെ നോക്കൂ.*

രാംകിങ്കർ: ശരി...

ക്യാമറ ജലധാരയിലേക്ക് നീങ്ങുന്നു. വിവിധ നിറങ്ങളിൽ വെള്ളം ചീറ്റുന്ന ജലധാരയന്ത്രം. ആകാശമധ്യത്തിലേക്കു നീങ്ങുന്ന മേഘങ്ങൾ. ഇടിയും മിന്നലും. മഴ പെയ്യുന്നു.

രാംകിങ്കറുടെ ചെറിയ കുടിൽ. ചായവും ബ്രഷും കാൻവാസുമായി അദ്ദേഹം കുടിലിൽനിന്നു പുറത്തുവരുന്നു. ആകാശത്തേക്കു നോക്കുന്നു. ഒരു പാറക്കല്ലിൽ ഇരുന്ന് ചുറ്റിലുമുള്ള പ്രകൃതിദൃശ്യങ്ങൾ വരയ്ക്കുന്നു.

മറ്റൊരു ദൃശ്യം. കുടിലിന്റെ വരാന്തയിൽ ഒരു കുപ്പി ചാരായത്തിനരികെയിരുന്ന് രാംകിങ്കർ വരയ്ക്കുന്നു.

ക്യാമറ രാംകിങ്കർ വരയ്ക്കുന്ന ചിത്രത്തിലേക്ക്.

രാംകിങ്കർ തൊപ്പിവെച്ച് ചുരുട്ട് കൊളുത്തുന്നു.

പിന്നെ കുത്തിയിരുന്ന് കാൽമുട്ടിൽ കാലുകൾ പിണച്ച് പ്രകൃതിദൃശ്യം വരയ്ക്കുന്നു. അതിനുശേഷം നടന്നുനീങ്ങുന്നു. ഘട്ടക്ക് പിന്നാലെ.

ഒരു മൃഗത്തിന്റെ ശില്പങ്ങൾ. കോൺക്രീറ്റും സിമന്റും കുഴച്ച് രാംകിങ്കർ മിനുക്കുപണികൾ നടത്തുന്നു.

ഗ്രാമദൃശ്യങ്ങൾ. അർധനഗ്നനായി രാംകിങ്കർ നടക്കുന്നു.

രാംകിങ്കറിന്റെ മുഖം. രാംകിങ്കർ തന്റെ കലയെക്കുറിച്ചും കലാകാരന് ജീവിതത്തോടുള്ള സമീപനത്തെക്കുറിച്ചും സംസാരിക്കുന്നു.

രാംകിങ്കർ വരയ്ക്കുന്നു.

ഘട്ടക്ക് : *കിങ്കർദാ, ഇവിടെ കല പഠിക്കാൻ വന്നതെന്തുകൊണ്ടാണ്?*

രാംകിങ്കർ: രണ്ടുനേരം ഭക്ഷണം കഴിക്കാൻ വകയുണ്ടായിരുന്നില്ല. എന്നാൽ അതു മാത്രമല്ല കാര്യം.. അതിനെക്കുറിച്ചു സംസാരിക്കുന്നതിൽ കാര്യമുണ്ടോ?

ഘട്ടക്ക് : *എന്നാലും അത് അന്വേഷിക്കേണ്ടേ?*

രാംകിങ്കർ: താങ്കൾ അന്വേഷിച്ചുനോക്കൂ. എനിക്കതിന്റെ കാര്യമില്ല. എനിക്കതു മനസ്സിലാക്കിയാൽ മാത്രം മതിയാകും. ഉദാഹരണത്തിന്, രണ്ടു വയസ്സുള്ളപ്പോൾ എന്നെ ആരു കല പഠിപ്പിച്ചു?

രാംകിങ്കർ വരയ്ക്കുന്നു. മേലെ മേഘങ്ങൾ.

രാംകിങ്കറിന്റെ കുടിൽ

ഘട്ടക്കും രാംകിങ്കറും സംസാരിച്ചുനില്ക്കുന്നു.

രാംകിങ്കർ തന്റെ ജീവിതദർശനത്തെക്കുറിച്ചും കലയെക്കുറിച്ചും സംസാരിക്കുന്നു.

രാംകിങ്കർ 'ജനിച്ച മണ്ണിന്റെ പുത്ര'നാണെന്ന് ആ സംഭാഷണങ്ങളിൽ നിന്നു നമുക്കു മനസ്സിലാവുന്നു. ഗ്രാമത്തിലെ കുട്ടികളാണ് അദ്ദേഹത്തിന്റെ കൂട്ടുകാർ. അദ്ദേഹം അവരിലൊരാളായി മാറുന്നു.

ഘട്ടക്ക് : കിങ്കർദാ, രവീന്ദ്രനാഥടാഗോറിന്റെ പോർട്രയിറ്റ് ചെയ്യുമ്പോൾ കലയെ സംബന്ധിച്ച് എന്തെങ്കിലും അദ്ദേഹം സംസാരിച്ചിരുന്നോ?

രാംകിങ്കർ : ആദ്യം അദ്ദേഹം ചുറ്റിലും നോക്കി മുറിയിൽ ആരും ഇല്ലെന്ന് ഉറപ്പുവരുത്തി. മിക്കപ്പോഴും അദ്ദേഹത്തിന്റെ ചുറ്റിലും ആളുകൾ ഉണ്ടാകും. തന്റെ സെക്രട്ടറിമാരിൽ ആരെങ്കിലും ചുറ്റിലുമുണ്ടോ എന്നു നോക്കി. ഞാൻ അദ്ദേഹത്തെ നോക്കി

> ക്കൊണ്ട് പോർട്രയിറ്റ് വരയ്ക്കാൻ തുടങ്ങി. അദ്ദേഹം എന്തോ എഴുതിക്കൊണ്ടിരിക്കുകയാണ്. അതിനിടെ എന്നെ നോക്കി പറഞ്ഞു, "എന്തെങ്കിലും നിരീക്ഷിക്കുമ്പോൾ കടുവ ഇരയുടെ പിൻകഴുത്തിൽ പിടിക്കുന്നതുപോലെയാകണം, തിരിഞ്ഞുനോക്കരുത്." അതായിരുന്നു എന്നോടുള്ള അദ്ദേഹത്തിന്റെ അന്ത്യവചനങ്ങൾ.

ടാഗോറിന്റെ പോർട്രെയിറ്റ്. വിവിധ ആംഗിളുകളിൽനിന്നുള്ള ദൃശ്യങ്ങൾ.

കൽക്കത്തയിലും ബോംബെയിലും പാരീസിലും ന്യൂയോർക്കിലും രാംകിങ്കർ ആദരിക്കപ്പെടുന്നു. വൻവിലയ്ക്ക് അദ്ദേഹത്തിന്റെ രചനകൾ ശേഖരിക്കപ്പെടുന്നു.

രാംകിങ്കറിന്റെ വിശ്രുതരചനകളുടെ പരമ്പര

പെൺകുട്ടിയും നായയും, 1932

വസന്തം

വസന്തകാലദൃശ്യം 1967

ബീജാങ്കുരം

ഉഴുകൽ

ഉച്ചഭക്ഷണം 1941

മേഘാവൃതസായാഹ്നം

കോട്ടയിൽ

തലമുറകളുടെ രൂപാന്തരം

ഹിന്ദു വിധവ, 1958

കപ്പുമായി ഒരു സ്ത്രീ

കുളം

ചിത്രശലഭം

അഭയസങ്കേതം

(ശീർഷകമറിയാത്ത ഒരു ചിത്രം)

പനന്തോട്ടം

കൊയ്ത്ത്

ഉച്ചമയക്കം

(ശീർഷകമറിയാത്ത ഒരു ചിത്രം)

മാതൃത്വം, 1940

കുതിര.

ചേംബർ 333

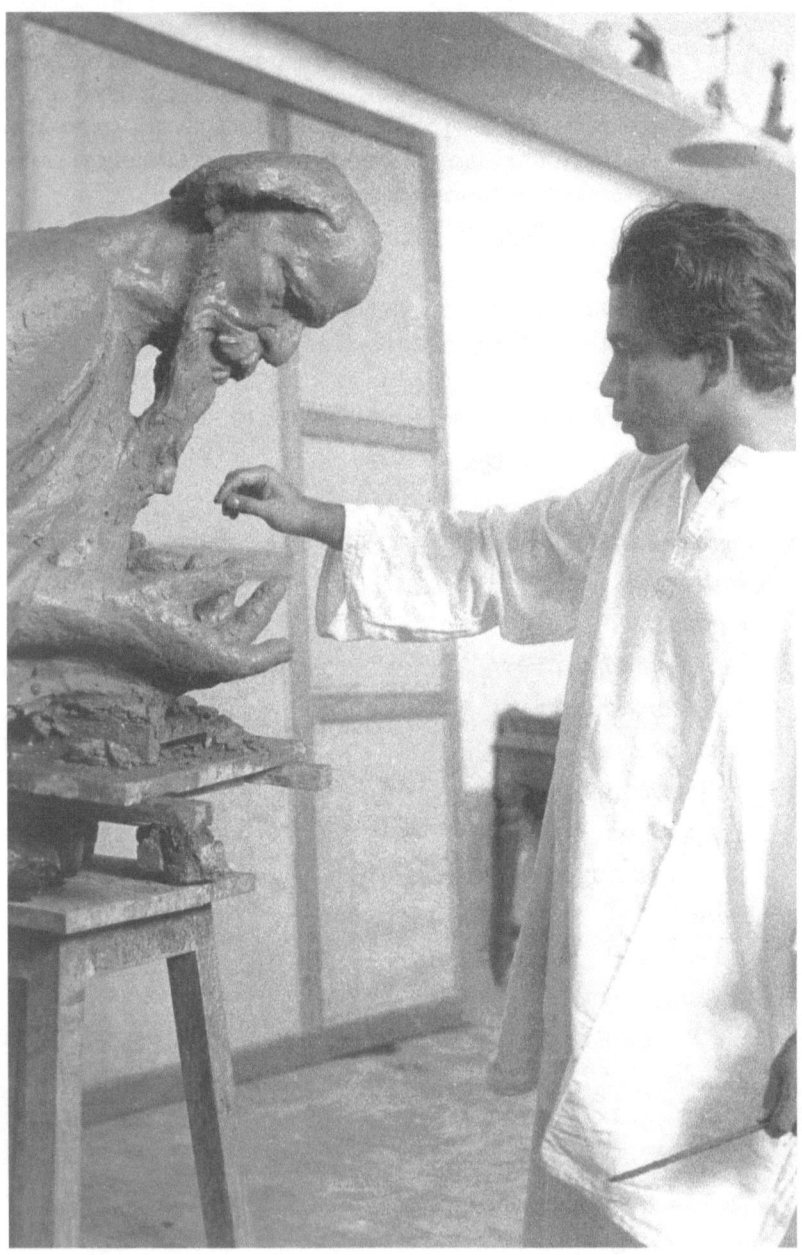

രാംകിങ്കർ ടാഗോർ ശില്പത്തിന്റെ പണിപ്പുരയിൽ

രാംകിങ്കർ കട്ടിലിൽ കിടക്കുന്നു.
മേൽക്കൂരയിൽനിന്ന് വള്ളം ഇറ്റിവീഴുന്നു.
മേൽക്കൂര ചോരുന്നത് ഒഴിവാക്കാൻ തന്റെ അമൂല്യമായ ഒരു ചിത്രം കുടിലിൽ തിരുകുന്നു.
രാംകിങ്കർ ക്യാമറയിൽനോക്കി ചിരിച്ചുകൊണ്ടു പറയുന്നു:
ഒരു കലാകാരനായി ജീവിക്കുക വളരെ പ്രയാസമാണ്. കലാകാരനെ മനസ്സിലാക്കുക അതിലും പ്രയാസമാണ്.

ഘട്ടക്ക് : *കിങ്കർദാ എപ്പോഴാണ് ശാന്തിനികേതനിൽ വന്നത്?*

രാംകിങ്കർ : 1925-ൽ. നിസ്സഹകരണപ്രസ്ഥാനം തുടങ്ങിയ സമയമാണ്. ഞാനും ഒരു കോൺഗ്രസ് പ്രവർത്തകനായിരുന്നു. ബങ്കുറയിൽ ബ്രഹ്മസമാജത്തിന്റെ ഒരു യോഗത്തിൽ വെച്ച് രാമാനന്ദ ചാറ്റർജിയെ പരിചയപ്പെട്ടു. *ശാന്തിനികേതനിലെത്തിയാൽ ഞാൻ ഒരു കത്തയയ്ക്കാം*. അങ്ങനെ അദ്ദേഹം കത്തയച്ചു. ഞാൻ ചെന്നു. പിന്നെ മറ്റെങ്ങും പോയില്ല.

ഘട്ടക്ക് : *എത്ര കാലമായി ഈ വീട്ടിൽ?*

രാംകിങ്കർ : ഈ വീട്ടിലോ? അധികകാലമായിട്ടില്ല. ന്യൂഡൽഹി പ്രൊജക്ട് ചെയ്യുന്ന കാലത്താണ് ഇവിടേക്ക് മാറിയത്.

രഞ്ജിത് റായിയുടെ സഹോദരൻ പൂർണേന്ദു റോയിയുടെ വീടായിരുന്നു ഇത്. ഇടിഞ്ഞുവീഴുന്ന സ്ഥിതിയിലായിരുന്നു. ഉള്ളിലുണ്ടായിരുന്ന പലതും മോഷണം പോയി. നാലോ അഞ്ചോ വാതിലുകളും ജനാലകളും ആരോ കടത്തി. ഞാൻ ദൽഹിയിൽനിന്നും പൈസ അയച്ചുകൊടുത്ത് ഇത് ശരിയാക്കാൻ നോക്കി. ബാഗൽ എന്ന ചങ്ങാതിയാണ് എനിക്കു വേണ്ടി ഇത് ശരിയാക്കിത്തന്നത്. ഏതാണ്ടെല്ലാം മാറ്റിപ്പണിതു. അപ്പോഴേക്കും ഞാനിവിടെ വന്നു. അതിനുമുമ്പ് വിശ്വഭാരതിയുടെ ഉൾമുറിയിലായിരുന്നു എന്റെ താമസം; *കലാഭവനടുത്ത്.* ഞാൻ പറഞ്ഞില്ലേ, അധികകാലമായില്ല ഇവിടെ താമസമായിട്ട് എന്ന്. ഏഴോ എട്ടോ വർഷം. മേൽക്കൂര ദ്രവിച്ചു. വെള്ളം ചോർന്നൊലിക്കുന്നു.

ഘട്ടക്ക് : *വീണ്ടും പണി ചെയ്യിച്ചില്ലേ?*

രാംകിങ്കർ : പൈസ കൈയിൽ വരുന്നതിനനുസരിച്ച്. എനിക്ക് ചെറിയൊരു പെൻഷനുണ്ട്. താങ്ങാവുന്നതനുസരിച്ച് ചെയ്യുന്നു.

ഘട്ടക്ക് : *പെയിന്റിംഗ് എവിടെ തൂക്കും?*

രാംകിങ്കർ : അതും ഒരു പ്രശ്നമാണ്. വലിയ എണ്ണച്ചായചിത്രങ്ങൾ കാൻവാസ് മേൽക്കൂരയ്ക്ക് അഭിമുഖമായി തൂക്കും. എണ്ണ

ചേംബർ 333

കവിയുടെ ശിരസ്സ്    ടാഗോർ രേഖാചിത്രം

ടാഗോർ ശില്പം

ച്ഛായമായതുകൊണ്ട് വലിയ പ്രശ്നമില്ല. മഴ വന്ന് ചോർന്നൊലിക്കുമ്പോൾ ഒരു കുട മേലെ വയ്ക്കും. പകുതി റിപ്പയർ ചെയ്തു. ഇനിയിപ്പോൾ ഒരു പ്രദർശനത്തിനായി അവ താഴേയ്ക്കെടുക്കണം.

ഘട്ടക്ക് : *അപ്പോൾ അതിന്റെ സ്ഥാനത്ത് എന്തു വയ്ക്കും?*

രാംകിങ്കർ: (നീട്ടിച്ചിരിക്കുന്നു) കൈയിൽ കുറച്ചു പൈസ ഉണ്ട്. കുറച്ച് വൈക്കോൽ മേടിക്കണം. എല്ലാം അതിനായി ചെലവാക്കാൻ പറ്റില്ല. അരി വാങ്ങിക്കേണ്ടേ? വൈക്കോലിന് ഇപ്പോൾ നൂറു രൂപയാണ് വില. കുറെയേറെ വൈക്കോൽ വേണം. എല്ലാറ്റിനുംകൂടി തികയില്ല.

താങ്കൾ ഇന്നലെ കിടന്ന മുറിയിൽ മേൽക്കൂരയിൽ വിള്ളലുണ്ട്. താങ്കൾ അതു കണ്ടുകാണില്ല. നിങ്ങളെല്ലാം ഷൂട്ടിംഗും മറ്റുമായി തിരക്കിലല്ലേ? (ചിരി)

ഘട്ടക്ക് : *മറ്റൊരു മുറി പണിയണമെന്ന് ഇന്നലെ പറഞ്ഞല്ലോ?*

രാംകിങ്കർ: അതെ, അങ്ങനെയൊരാശയുണ്ട്. ആദ്യം ഈ മുറി ഒന്നു ശരിയാക്കണം. ഇത് കുറച്ച് വലിയ മുറിയല്ലേ. രണ്ടു കുടുംബത്തിനു താമസിക്കാം. ഇത് ശരിയാക്കിയിട്ടേ മറ്റേതു തുടങ്ങാൻ കഴിയൂ. പിന്നെ അതിനെ ഒരു ഗസ്റ്റ്ഹൗസ് ആക്കി മാറ്റാം. നിങ്ങളെല്ലാം വന്നാൽ താമസിക്കാൻ ഒരു സ്ഥലം വേണ്ടേ? ആദ്യം ഈ മുറി ശരിയാക്കട്ടെ.

*****

നിർമ്മാണം, തിരക്കഥ, സംവിധാനം
ഋത്വിക് കുമാർ ഘട്ടക്ക്

ഛായാഗ്രഹണം
സുനിൽ ജന
നിർമ്മൽ

സഹസംവിധാനം
പാർത്ഥപ്രതിം ചൗധരി

ധനസഹായം
മോഹൻ ബിശ്വാസ്
മുഹമ്മദ് ജമീർ

എഡിറ്റിംഗ്
ഋതബൻ ഘട്ടക്ക്

വിവർത്തനം
മഹേന്ദ്രകുമാർ

നിർമ്മാതാവ്
രവീന്ദ്രനാഥ് റൗത്ത്

സ്റ്റുഡിയോ
ഫോക്കസ്

ശബ്ദലേഖനം
പ്രസാദ് സ്റ്റുഡിയോ

സംഗീതസംവിധാനം
അജയ് റായ്

സരോദ്
പാർത്ഥസാരഥി

പുല്ലാങ്കുഴൽ
മനബ് മുഖർജി

വാദ്യം
ബല്ലു ബിശ്വാസ്

നന്ദി
കൊഡാക് ഫിലിം
മൻമോഹൻ ഷെട്ടി, അഡ്ലാൻഡ്സ്
കാൻഡിഡ ഫിലിംസ്
സുരമ ഘട്ടക്ക്
രാമൻ ശിവകുമാർ
സ്കൂൾ ഓഫ് ആർട്സ് & ഈസ്തെറ്റിക്സ്, ജെ.എൻ.യു., ന്യൂഡൽഹി
ജെ.ഡി.സെന്റർ ഓഫ് ആർട്സ്, ഭുവനേശ്വർ

അനുബന്ധം

മാർക്സിസ്റ്റ് നിരൂപകന്
ഒരു കത്ത്

പ്രിയ മാസ്സിമോ,

താങ്കളുടെ കത്ത് ഞാൻ വളരെ താത്പര്യത്തോടെ വായിച്ചു. താങ്കൾക്കുകൂടി യോജിപ്പുണ്ടെന്നു കരുതുന്ന ചില ഇടതുപക്ഷ നിരൂപകരുടെ ലേഖനങ്ങൾ വായിക്കുന്നതുപോലെതന്നെയാണ് അതിലൂടെ കടന്നുപോയത്. താങ്കളുടെ വിമർശനങ്ങളുടെ, അഥവാ ഗവേഷണങ്ങളുടെ ഉദ്ദേശ്യശുദ്ധിയെക്കുറിച്ച് എനിക്കു സംശയമില്ല. പക്ഷേ, അതെന്നെ ഒട്ടും പ്രചോദിപ്പിക്കുന്നില്ല.

ഈ വിമർശനങ്ങളുടെ മൂല്യത്തെക്കുറിച്ചു തർക്കിക്കുന്നില്ല, അതെന്റെ പണിയുമല്ല, അതെന്നെ പ്രചോദിപ്പിക്കുന്നില്ല എന്നു മാത്രമേ അർത്ഥമാക്കുന്നുള്ളൂ. ഇതിന്റെയെല്ലാം അടിത്തട്ടിൽ ചില കാര്യങ്ങളുണ്ട്. നമ്മൾ തുടങ്ങേണ്ടത് വ്യത്യസ്ത തത്ത്വങ്ങളുടേയും പരിസരങ്ങളുടേയും ഭൂമികയിൽ നിന്നാണ്. അവ കൂട്ടിയോജിപ്പിക്കുക അസാധ്യമാണ്. ഞാൻ എന്റെ സിനിമ വെള്ളിത്തിരയിൽ പ്രദർശിപ്പിച്ചത് താങ്കളെപ്പോലെയുള്ളവരുടെ ശ്രദ്ധയും പ്രതികരണവും തേടിയാണ്. പക്ഷേ, താങ്കൾ ചേർത്തുപിടിക്കുന്ന ചില തത്ത്വങ്ങൾ താങ്കളുടെ കാഴ്ചപ്പാടിന്റെ സംഘടിത സ്വഭാവത്തെക്കുറിച്ച് എന്നിൽ സംശയമുണർത്തുന്നു.

ഒരു മാർക്സിസ്റ്റ് എന്ന നിലയിൽ താങ്കളുടെ കാഴ്ചപ്പാടിലെ ചില മൂല്യങ്ങൾ എന്റെ സിനിമ കണ്ട പാരീസിലെ മാർക്സിസ്റ്റുകളുടെ നിലപാടുമായി തട്ടിച്ചുനോക്കുമ്പോൾ ഇടിഞ്ഞുപോകുന്നില്ലേ എന്നു ഞാൻ നിശ്ചയമായും സംശയിക്കുന്നു.

ഫ്രഞ്ച് കമ്യൂണിസ്റ്റുകൾ അവർക്ക് തോന്നുന്നമട്ടിൽ ചിന്തിച്ചോട്ടെ, എനിക്കെന്തു ചേതം എന്നു താങ്കൾ മറുപടി പറഞ്ഞേക്കാം. പക്ഷേ, (ലൂയി) അറഗോങ്ങിനെപ്പോലെ ഒരു കവി (കമ്യൂണിസ്റ്റ്) പറഞ്ഞത്, *ദ് ഗോൾഡ് റഷ്, ബാറ്റിൽഷിപ് പോതെംകിൻ, ലസ്ത്രാദ* എന്നിവയാണ് താൻ ജീവിതത്തിൽ ഇതുവരെ കണ്ട മികച്ച സിനിമകൾ എന്നാണ്.

കൂടാതെ, ഇടതുപക്ഷ സംസ്കാരത്തിന്റെ ഏറ്റവും യാഥാസ്ഥിതികനായ ചിന്തകൻ ഴാക് ദൂനിയൽ വൽക്രോസ് സിനിമയുടെ ഇതര രൂപങ്ങളെക്കുറിച്ചുള്ള തന്റെ ലേഖനത്തിൽ പറയുന്നത്, "*ലസ്ത്രാദ*യിലൂടെ 1955–ലെ സിനിമയിൽ ശുദ്ധവായു ശ്വസിക്കാനാവുന്നു; ഇതാണ് യഥാർഥ അവാങ്കാർദ് എന്നാണ്." (ഴോർഴ്) സദലൊ *ലെ ലെത്ര് ഫ്രാൻസെസിൽ* എന്റെ പടത്തെക്കുറിച്ചു പറയുന്നത് ഇങ്ങനെയാണ്:

"നന്മയും മനുഷ്യസ്നേഹവും വിശ്വാസവും പ്രതീക്ഷയും സത്യത്തിളക്കത്തോടെ എല്ലാ ഫെല്ലിനി ചിത്രങ്ങളിലും നിറഞ്ഞുനിൽക്കുന്നു."

ഈ ചിത്രത്തിന്റെ പരമമായ പ്രാധാന്യം നിഷേധിക്കാൻ ശ്രമിക്കുന്നവരുടെ പക്ഷപാതപരമായ നുണകൾ നാമെങ്ങനെ വിശ്വസിക്കും? അദ്ദേഹം ആ ലേഖനം അവസാനിപ്പിക്കുന്നത് ഇങ്ങനെയാണ്: "*ലസ്ത്രാദ* കാലത്തെ അതിജീവിക്കും. ഈ സിനിമ ഞങ്ങൾ വീണ്ടും കാണും. അതിന്റെ വിജയം (പരാജയവും) എത്രമാത്രമാണെന്ന് ഞങ്ങൾ മനസ്സിലാക്കും. ഏതായാലും ഞങ്ങൾ അതു വീണ്ടും കാണും. ആദ്യദർശനത്തിൽ തീർത്തും അപ്രതീക്ഷിതവും പ്രകോപനപരവുമായി തോന്നിയ ഈ സിനിമ നമ്മുടെ ഓർമ്മയിൽ തിളങ്ങിനിൽക്കുന്നില്ലെങ്കിൽ, സിനിമയുടെ ചരിത്രത്തിലെ ഒരു നാഴികക്കല്ലായി മാറുന്നില്ലെങ്കിൽ, എന്നെ സംബന്ധിച്ചിടത്തോളം അതൊരു അത്ഭുതമായി നിലകൊള്ളും. എന്തുതന്നെയായാലും ഫെല്ലിനി മഹാനായ ഒരു സ്രഷ്ടാവാണ്, ഈ നൂറ്റാണ്ടിന്റെ ആദ്യപകുതിക്കുശേഷം സിനിമ സൃഷ്ടിച്ച മഹത്തായ വെളിപാടാണ് *ലസ്ത്രാദ*യെന്ന് എനിക്കുറപ്പാണ്."

ഇറ്റലിയിൽ പടത്തിനെതിരെയുള്ള പ്രതികരണങ്ങളും അഭിപ്രായങ്ങളും താങ്കൾ എടുത്തെഴുതിയിരുന്നില്ലെങ്കിൽ അവിനീതമായ മട്ടിൽ ഞാനും മേലെ പറഞ്ഞ ഉദ്ധരണികൾ എഴുതില്ലായിരുന്നു. ഒരു സംവാദമോ സൗഹാർദത്തോടെയുള്ള ആശയവിനിമയമോ അല്ല താങ്കൾ ആഗ്രഹിക്കുന്നതെന്ന് വ്യക്തമാണ്. *ലസ്ത്രാദ*യെ വഷളാക്കിയത് സാഹിത്യ സൂത്രപ്പണികളാണെന്ന് ആരോ എഴുതിയത് താങ്കൾ എടുത്തെഴുതിയിരുന്നുവല്ലോ. ഞാനും തിരിച്ച് മറ്റൊരാൾ എഴുതിയത് എടുത്തെഴുതട്ടെ. ഉദാഹരണത്തിന്, *ലുമൂന്തിൽ* ഴാങ് ഡി ബാർണോ എഴുതി: "ഫെല്ലിനിയുടെ കല സാഹിത്യസൂത്രപ്പണികളിൽനിന്നും കപടമായ ദയാവായ്പിൽനിന്നും കാതങ്ങൾ അകലെയാണ്. സ്വാഭാവികമാണ് അദ്ദേഹത്തിന്റെ കാവ്യാത്മകത. നിഗൂഢതയിലുള്ള അദ്ദേഹത്തിന്റെ താല്പര്യത്തിൽ കൃത്രിമത്വത്തിന്റെ ലാഞ്ഛനയേ ഇല്ല. ചാപ്ലിനോട് അദ്ദേഹത്തിന് കടപ്പാടുണ്ടെങ്കിൽ ശിഷ്യൻ ഗുരുവിനേക്കാൾ കേമനാണെന്നേ അർഥമാക്കേണ്ടതുള്ളൂ. വെനീസിൽ (ജൂൾ) കായത്തെ പറഞ്ഞത് ആവർത്തിക്കട്ടെ: "*ലസ്ത്രാദ*, ഈ മുഹൂർത്തംതൊട്ട് ഒരു ക്ലാസിക്കാണ്."

ലെനുവേൽ ലിറ്റെറെയ്റ്റിൽ ചാരെൻ സോൾ എഴുതിയതുകൂടി കേൾക്കൂ:

“മറ്റാരേയുംപോലെയല്ലാത്ത ഒരു കവിയുടെ സാന്നിധ്യത്തിലാണ് നാം. നമുക്ക് അങ്ങേയറ്റം ആത്മവിശ്വാസത്തോടെ ആശ്രയിക്കാവുന്ന ഒരു കവി.”

പ്രിയപ്പെട്ട മാസ്സിമോ, താങ്കൾ മുന്നോട്ടുവെച്ച വിമർശനങ്ങളും വിമർശകരുടെ ഉദ്ധരണികളും നിരത്തി അവയെ ശരിയായ കാഴ്ചപ്പാടിൽ അവതരിപ്പിക്കാൻ എനിക്കു പ്രയാസമില്ല. പക്ഷേ, താങ്കൾ ഉദ്ധരിച്ച വരികളുടെ മൂല്യം ആപേക്ഷികമാണെന്ന് താങ്കൾക്കുതന്നെ അറിയാമെന്നു ഞാൻ കരുതുന്നു. എന്റെ സിനിമയുടെ ജനപ്രീതിയേയും വിജയത്തേയും ശരിയായ രീതിയിലല്ല താങ്കൾ വ്യാഖ്യാനിച്ചത്. എന്റെ സിനിമയിലെ മാനുഷികവും ധാർമികവുമായ പ്രശ്നങ്ങളെക്കുറിച്ചുള്ള താങ്കളുടെ വിശകലനവും ശരിയാണെന്നു തോന്നുന്നില്ല.

എന്നെ സംബന്ധിച്ചിടത്തോളം *ലസ്ത്രാദ* സാക്ഷാത്കരിക്കാൻ ശ്രമിക്കുന്ന അനുഭവം ദാർശനികനായ ഇമന്വേൽ മൂനിയെ ശരിയായി കണ്ടെത്തിയിട്ടുണ്ട്. സാമൂഹികത ആവിഷ്കരിക്കുമ്പോൾ ഏറ്റവും പ്രധാനവും അടിസ്ഥാനപരവുമായ സംഗതി മനുഷ്യനും മനുഷ്യനും തമ്മിലുള്ള പാരസ്പര്യവും അതിന്റെ അനുഭവവുമാണ്. ഇന്നത്തെ സാമൂഹിക ജീവിതത്തിലെ അടിസ്ഥാനപ്രശ്നങ്ങളും അതിന്റെ സാധ്യതകളും മനസ്സിലാക്കണമെങ്കിൽ, സോഷ്യലിസത്തെക്കുറിച്ച് ആവശ്യത്തിലേറെ പറഞ്ഞു കഴിഞ്ഞ സാഹചര്യത്തിൽ, ഒരേയൊരു മാർഗം ഒരു മനുഷ്യൻ മറ്റൊരു മനുഷ്യനെ മനസ്സിലാക്കുന്നതിനെക്കുറിച്ച് പഠിക്കുകയാണ്. ഏതൊരു സമൂഹവും ഇതു മനസ്സിലാക്കണമെന്നു ഞാൻ കരുതുന്നു. ഈ പ്രശ്നം പരിഹരിക്കപ്പെട്ടില്ലെങ്കിൽ അനതിവിദൂരഭാവിയിൽ സംഘടിതവും പുറമെ നിന്നു നോക്കിയാൽ പൂർണവും പിഴവറ്റതുമായ ഒരു സമൂഹം ഉണ്ടായിത്തീരാം. പക്ഷേ, സ്വകാര്യജീവിതത്തിൽ, മനുഷ്യനും മനുഷ്യനും തമ്മിലുള്ള ബന്ധത്തിൽ, അതു പൊള്ളയും ഒറ്റപ്പെട്ടതും ഉദാസീനവുമായ ഒന്നായിത്തീരും.

ആധുനികമനുഷ്യരെന്ന നിലയിൽ നാം അഭിമുഖീകരിക്കുന്ന മുഖ്യമായ പ്രശ്നം ഏകാന്തതയാണ്. നമ്മുടെ സത്തയുടെ അഗാധതയിൽ നിന്നുതന്നെ അത് ഉറവയെടുക്കുന്നു. പൊതുവായ ആഘോഷങ്ങൾക്കോ രാഷ്ട്രീയമുറവിളികൾക്കോ അതിനെ ഇല്ലാതാക്കാനാവുമെന്ന് പ്രതീക്ഷിക്കുക വയ്യ. മനുഷ്യനും മനുഷ്യനും തമ്മിലുള്ള ബന്ധത്തിലൂടെ മാത്രമേ ഈ ഏകാന്തതയെ ഭഞ്ജിക്കാനാവൂ എന്നു ഞാൻ കരുതുന്നു. ഒരു മനുഷ്യനും മറ്റൊരാളും തമ്മിലുള്ള ബന്ധം മനസ്സിലാക്കുമ്പോൾ, ഒരുപക്ഷേ, ‘കണ്ടെത്തുമ്പോൾ’ മാത്രമേ അത്തരമൊരു സന്ദേശം മുന്നോട്ടുവെക്കാൻ കഴിയൂ.

ലസ്ത്രാദ സിനിമയ്ക്കു സാധ്യമായ ആവിഷ്കാരത്തിലൂടെ അതാണ് പറയാൻ ശ്രമിക്കുന്നത്. സ്വഭാവവശാൽ ഒരിക്കലും ഇണങ്ങിപ്പോകാൻ സാധ്യമല്ലാത്ത ഒരു പുരുഷനും സ്ത്രീയും തമ്മിലുള്ള (സമ്പാനോയും

ജെൽസോമിനയും) വൈയക്തിക ബന്ധമാണ് *ലസ്ത്രാദ* ചലച്ചിത്ര ഭാഷയിലൂടെ പറയുന്നത്. സാധാരണവും രാഷ്ട്രീയവുമായ വിനിമയങ്ങളിൽ മാത്രം വിശ്വസിക്കുന്നവർ കടുത്ത വിമർശനമുന്നയിച്ചേക്കാം.

ഈ സിനിമ തീർത്തും മാനുഷികവും വൈകാരികവുമായ കാര്യങ്ങൾ അവതരിപ്പിക്കാനും ഉദ്യമിക്കുന്നു. ഒരു വ്യക്തി എന്ന നിലയിലുള്ള മനുഷ്യബന്ധത്തിൽ ഒരു സ്ത്രീയുടെ പങ്കെന്താണ്, സ്ത്രീയുടെ വൈകാരികത (അഥവാ, നമുക്കതിനെ സ്ത്രീയുടെ കാവ്യാത്മകത എന്നു വിളിക്കാം) എത്രമാത്രം പ്രധാനമാണ് തുടങ്ങിയ കാതലായ ചോദ്യങ്ങൾ അത് ഉന്നയിക്കുന്നു. പലതരം മനുഷ്യബന്ധങ്ങളിൽ ഒരു മനുഷ്യബന്ധമാണ് സിനിമയിലെ പ്രമേയം. ബന്ധത്തിലെ ഊഷരത മാഞ്ഞ് പ്രാഥമികവും അലൗകികവുമായ ഒരനുഭൂതിയിലേക്ക് പുഷ്പിക്കുന്നതെങ്ങനെയെന്ന് അത് അന്വേഷിക്കുന്നു. എന്റെ അഭിലാഷം (ഒരുപക്ഷേ, അതൊരു വ്യാമോഹം മാത്രമായിരിക്കാം) ഓരോ മനുഷ്യനും ഇത്തരം സന്ദർഭങ്ങളിൽ തന്നെയും ചുറ്റുമുള്ളവരെയും ബന്ധപ്പെടുത്തുന്നതെങ്ങനെയെന്ന് കണ്ടെത്താനാണ്, അല്ലെങ്കിൽ അതിലേക്ക് എങ്ങനെ എത്തിപ്പെടാം എന്നു കാണിച്ചുകൊടുക്കാനാണ്. അതിലേറെ അങ്ങനെയൊരാഗ്രഹം ജനിപ്പിക്കാൻ പ്രേരിപ്പിക്കുകയാണ്. അങ്ങനെയെങ്കിൽ നമ്മുടെ ശ്രമങ്ങൾ പാഴായിപ്പോവില്ല.

സാമൂഹികമായ ഇച്ഛയുടെ സത്തയും ഒരു ബന്ധത്തിൽനിന്നുളവാകുന്ന സാധ്യതകളും ആവിഷ്കരിക്കാൻ തീരെ അനുചിതവും അമൂർത്തവും ആസന്നവുമായ ഒരു സന്ദർഭം ഞാൻ ചിത്രീകരിച്ചിട്ടുണ്ടെങ്കിൽ അതിനു കാരണം വൈയക്തികതയിൽനിന്ന് ഇന്നത്തെ യഥാർത്ഥ സോഷ്യലിസത്തിലേക്കുള്ള പരിവർത്തനത്തെക്കുറിച്ച് സൂചിപ്പിക്കുകയെന്ന ലക്ഷ്യമാണ്. അതിൽനിന്ന് പ്രചോദനമുൾക്കൊള്ളണമെങ്കിൽ അത് ഹൃദയത്തിൽനിന്ന് പൊങ്ങുന്ന ഒന്നായി മനസ്സിലാക്കണം. അസ്തിത്വത്തിന്റെ അഗാധതകളിൽ നിന്നുവേണം ഒരു സമൂഹം ഉരുത്തിരിയാൻ. അതിൽനിന്നുവേണം അതു പാകമാവാനും മുതിരാനും.

ഏംഗൽസ് എഴുതിയ രണ്ടു ഖണ്ഡങ്ങൾ താങ്കൾക്കായി ഉദ്ധരിച്ചാൽ അത്ഭുതപ്പെടില്ലെന്നു (ചിലപ്പോൾ അത്ഭുതപ്പെട്ടേക്കാം) കരുതട്ടെ: "സ്വന്തം താത്പര്യങ്ങൾക്കകത്ത് ഓരോ വ്യക്തിയുടേയും താത്പര്യരാഹിത്യവും നിർദയമായ ഒറ്റപ്പെടലും പരിമിതമായ സ്ഥലരാശിയിൽ അവർ നേർക്കുനേർ വരുമ്പോൾ കൂടുതൽ മടുപ്പും വെറുപ്പുമുളവാക്കുന്ന അവസ്ഥാവിശേഷത്തിലേക്ക് നയിക്കുന്നു."

"മാനുഷികത അഭേദ്യവും അവിഭാജ്യവുമായ തരത്തിലാവുമ്പോൾ ഓരോ വ്യക്തിയും സ്വന്തം തുരുത്തിൽ അഭയം പ്രാപിച്ച് വലിഞ്ഞുമുറുകിയ അവസ്ഥയിലെത്തുന്നു."[1]

---

1. ഏംഗൽസ്, *കണ്ടീഷൻ ഓഫ് വർക്കിംഗ് ക്ലാസ് ഇൻ ഇംഗ്ലണ്ട്*, 1845.

ഈ ഏകാന്തതയ്ക്കുനേരെ ബോധപൂർവം പ്രകോപനമുണ്ടാക്കുമ്പോൾ അത് ഇന്നത്തെ നമ്മുടെ ജീവിതത്തിന്റെ സത്തയിലേക്കുവരെ ചൂഴ്ന്നിറങ്ങുന്നു. അതിന്റെ സ്വഭാവത്തിലേക്ക് വെളിച്ചംവീശുകയും അതിനെതിരെ പ്രവർത്തിക്കുന്ന ശക്തികളെ വെളിച്ചത്തുകൊണ്ടുവരികയും ചെയ്യേണ്ടതുണ്ട്. ഒരു സിനിമ മനുഷ്യയാതനകളെ സാന്ദ്രമായി - അഥവാ അതിനെ സൂക്ഷ്മബിംബം എന്നു വിളിക്കാൻ ഞാൻ ആഗ്രഹിക്കുന്നു- (ചരിത്രത്തിന്റെ മാനങ്ങൾ കലയിൽ അത്ര പ്രസക്തമല്ല) അവതരിപ്പിക്കാൻ ശ്രമിക്കുമ്പോൾ, നമ്മുടെ ഇന്നത്തെ ജീവിതത്തിന്റെ മർമപ്രശ്നമായിത്തീർന്നിട്ടുള്ള ആത്മഗതവും സംഭാഷണവും തമ്മിലുള്ള അന്തരത്തെ ആവിഷ്കരിക്കുകയാണ് ചെയ്യുന്നത്. ഈ അന്തരമാണ് നമ്മുടെ കാലത്തെ പലതരം പ്രശ്നങ്ങളുടെയും മൂലകാരണം. അതിനെ ആഴത്തിൽ പരിശോധിക്കാൻ ശ്രമിക്കുമ്പോൾ മറ്റു വാക്കുകളിൽ പറഞ്ഞാൽ, യഥാതഥ പ്രസ്ഥാനത്തിനു ചേർന്നവിധത്തിൽ യാഥാർത്ഥ്യത്തെ ഉപയോഗിക്കുകയാണ് ചെയ്യുന്നത്. ചിലപ്പോൾ ഒരു സിനിമ ചരിത്രപരവും രാഷ്ട്രീയവുമായ യാഥാർത്ഥ്യങ്ങളെ കൃത്യമായി പ്രതിനിധാനം ചെയ്യുന്നതിൽ നിന്നും ഒഴിഞ്ഞുനിൽക്കുമ്പോൾ ആദിമവും പൗരാണികവുമായ തലത്തിലേക്ക് അതിലെ കഥാപാത്രങ്ങൾ ഉയർന്നുവെന്നുവരാം. അതുപോലെ തന്നെ സാമൂഹികവും രാഷ്ട്രീയവുമായ കാര്യങ്ങൾ പച്ചയായി ചിത്രീകരിക്കുന്ന സിനിമകളെക്കാൾ യാഥാർത്ഥ്യതലത്തിലേക്ക് അവർക്ക് ഉയരാനും കഴിഞ്ഞേക്കും. അതുകൊണ്ടാണ് 'വസ്തുനിഷ്ഠത'യിൽ ഞാൻ വിശ്വസിക്കാത്തത്, അഥവാ വസ്തുനിഷ്ഠതയെക്കുറിച്ചുള്ള നിങ്ങളുടെ വിശ്വാസപ്രമാണങ്ങൾ പങ്കിടാത്തത്. അതുകൊണ്ട്, നിയോ റിയലിസത്തിന് ഈ യാഥാർത്ഥ്യത്തെ പൂർണമായി ആവിഷ്കരിക്കാനാവുമെന്ന് എനിക്കു തോന്നുന്നില്ല, *റോം ഓപൺ സിറ്റി*യിലൂടെ ആ പ്രസ്ഥാനത്തിന്റെ ഭാഗമായിത്തീരാനുള്ള ഭാഗ്യം എനിക്കുണ്ടായിട്ടുണ്ടെങ്കിലും.

പാവേസിന്റെ ഡയറിയിൽനിന്നുള്ള ചില വാക്യങ്ങൾ എടുത്തെഴുതി ഈ കത്ത് ഞാൻ അവസാനിപ്പിക്കട്ടെ: (നിങ്ങളുടെ പക്ഷക്കാർ പാവേസുമായി അത്ര രസത്തിലല്ലെന്ന് എനിക്കറിയാമെങ്കിലും.)

"ഹിംസാത്മകമായ വിപ്ലവത്തിനൊഴികെ മറ്റൊന്നിനും ഇപ്പോൾ അസ്തിത്വമില്ലെന്ന് നിങ്ങൾ കരുതുന്നു. പക്ഷേ, ചരിത്രത്തിൽ എല്ലാം വിപ്ലവമാണ്. ഒരു പുതുജന്മമെടുക്കലാണ്. മന്ദവേഗവും ശാന്തവുമായ ഒരു കണ്ടെത്തൽ. ഹിംസ ആവശ്യമായിവരുന്ന ധാർമിക പുനരുജ്ജീവനം എന്ന മുൻവിധി കലർന്ന ആശയം കൈയൊഴിയുക. കൂടിക്കുഴയലും ഒച്ചപ്പാടും ആവശ്യമായി വരുന്ന ശിശുസഹജമായ പിടിവാശികൾക്കു വിട."

ഫെദറികോ ഫെല്ലിനി

സൂര്യചലച്ചിത്രമേള: ഒരു വിയോജനക്കുറിപ്പ്*

ലോകസിനിമ ശതാബ്ദി ആഘോഷിക്കുന്ന വേളയിൽ കേരളത്തിലെ പ്രമുഖ സാംസ്കാരിക സംഘടനയായ *സൂര്യ*, നാഷണൽ ഫിലിം ആർക്കൈവ്സ് ഓഫ് ഇന്ത്യയുടെ സഹകരണത്തോടെ സംഘടിപ്പിക്കുന്ന 'ലൂമിയർ തൊട്ട് വിധേയൻ വരെ'യുള്ള നൂറു ചിത്രങ്ങളുടെ പ്രദർശനം ധീരവും ഉജ്ജ്വലവുമായ ഒരു സംരംഭമാണ്. ചലച്ചിത്രത്തിന്റെ ചരിത്രത്തിലെ നാഴികക്കല്ലുകളായി മാറിയ ചിത്രങ്ങളുടെ പ്രദർശനമാണ് *സൂര്യ* ഉദ്ദേശിക്കുന്നതെന്ന് *എ ഫെസ്റ്റിവൽ ഓഫ് 100 മൈൽസ്റ്റോൺ ഫിലിംസ്* എന്ന ആമുഖവാക്യത്തിൽനിന്നു വ്യക്തമാണ്.

ലോകസിനിമയുടെ ചരിത്രത്തിലെ വഴിത്തിരിവുകളായി മാറിയ ചിത്രങ്ങൾ തെരഞ്ഞെടുത്തതിൽ *സൂര്യ*യുടേയും ആർക്കൈവ്സിന്റേയും പ്രതിനിധികൾ എന്തുമാത്രം ഗൗരവം പുലർത്തിയിട്ടുണ്ട്? ഇത്തരമൊരു സംരംഭം ആവശ്യപ്പെടുന്ന ചലച്ചിത്രകലാ-ചരിത്ര അവബോധവും അതിനോടുള്ള ആത്മാർത്ഥതയും പ്രകടിപ്പിക്കാൻ അവർക്കു കഴിഞ്ഞിട്ടുണ്ടോ? ചലച്ചിത്രകലയോടും അതിന്റെ ചരിത്രത്തോടുമുള്ള ആത്മാർത്ഥത മുൻനിർത്തി ഇക്കാര്യം പരിശോധിക്കുകയാണ് ഈ വിയോജനക്കുറിപ്പിന്റെ ലക്ഷ്യം.

ലോകസിനിമയിലെ പ്രധാനപ്പെട്ട പല ചിത്രങ്ങൾക്കും മേളയിൽ സ്ഥാനം ലഭിച്ചില്ല. ഓർസോൺ വെൽസ്, ബ്രസ്സൻ, ഫെല്ലിനി, പസോലിനി, ഉസ്മാൻ സെംബനേ, ഗ്ലോബർ റോഷ, യിൽമാസ് ഗുനെ തുടങ്ങിയ ചലച്ചിത്രകാരന്മാരുടെ രചനകളെ ഒഴിവാക്കുന്ന ഒരു ചലച്ചിത്രചരിത്രം സങ്കല്പിക്കാനാവില്ല. അതേസമയം ചരിത്രപരമായും കലാപരമായും താരതമ്യേന അപ്രധാനമായ ഒരു ഡസനിലേറെ

* സൂര്യ ചലച്ചിത്രമേളയുടെ ചിത്രങ്ങളുടെ തെരഞ്ഞെടുപ്പിൽ വിയോജിച്ച് വിതരണം ചെയ്ത ലഘുലേഖ.

സംവിധായകരുടെ ചിത്രങ്ങൾക്ക് സ്ഥാനം ലഭിക്കുകയുമുണ്ടായി. മൂന്നാം ലോകസിനിമയ്ക്കും അർഹിക്കുന്ന പ്രാധാന്യം ലഭിച്ചില്ല.

ഏഴ് ഇന്ത്യൻ ചലച്ചിത്രങ്ങൾക്കാണ് നാഴികക്കല്ലുകളായി മാറിയ ചലച്ചിത്രങ്ങളുടെ കൂട്ടത്തിൽ സ്ഥാനം ലഭിച്ചിട്ടുള്ളത്: സത്യജിത് റായിയുടെ *അപുത്രയം*, ഘട്ടക്കിന്റെ *മേഘേ ധക്കാ താര, സുബർണരേഖ*, മൃണാൾസെന്നിന്റെ *ഏക് ദിൻ പ്രതി ദിൻ*, അടൂർ ഗോപാലകൃഷ്ണന്റെ *വിധേയൻ* എന്നിവ. മൃണാൾസെന്നിൽനിന്നും അടൂരിലേക്കുള്ള 'ക്വാണ്ടം ജംപി'നിടയിൽ ഇന്ത്യൻ സിനിമയിലെ പല സുപ്രധാന ചിത്രങ്ങളും വിസ്മരിക്കപ്പെട്ടു. ദൂരദർശൻ സംപ്രേഷണം ചെയ്യാൻ വിസമ്മതിച്ച ഇന്ത്യൻ സിനിമയിലെ പുതിയൊരുണർവിന്റെ അടയാളമായ *അഗ്രഹാരത്തിൽ കഴുത* എന്ന തമിഴ് ചിത്രവും സിനിമയുടെ ഉത്പാദന-വിതരണ-പ്രദർശന രീതിശാസ്ത്രങ്ങളെ ഇന്ത്യയിലാദ്യമായി തിരിച്ചിട്ട *അമ്മ അറിയാൻ* എന്ന മലയാളചിത്രവും ഒഴിവാക്കപ്പെട്ട ചിത്രങ്ങളിൽപ്പെടുന്നു. മലയാള സിനിമയെ ഈ മേളയിൽ പ്രതിനിധീകരിക്കുന്നത് *വിധേയൻ* മാത്രമാണ്.

ഈ മേളയോടനുബന്ധിച്ച് 'ഫിലിം സൊസൈറ്റി പ്രസ്ഥാനം എന്ത്? എന്തിന്?' എന്ന ശീർഷകത്തിൽ ഒരു ലഘുലേഖ എഫ്.എഫ്.എസ്.ഐ പുറത്തിറക്കിയിട്ടുണ്ട്. 'കമ്പോളസിനിമയുടെ നിർമ്മാണവിതരണ പ്രദർശന കുത്തകകൾക്കെതിരെ നല്ല സിനിമയെ സ്നേഹിക്കുന്നവർ കെട്ടിപ്പടുത്ത പ്രതിരോധത്തിന്റേയും സ്നേഹവലയത്തിന്റേയും പ്രസ്ഥാനമായി' ഫിലിം സൊസൈറ്റികളുടെ പ്രസക്തിയെ ലഘുലേഖ ഉയർത്തിപ്പിടിക്കുന്നുണ്ട്. ഫിലിം സൊസൈറ്റി പ്രസ്ഥാനങ്ങളുടെ വളർച്ച പരിശോധിച്ചതിനുശേഷം 'ഫിലിം സൊസൈറ്റി പ്രസ്ഥാനത്തിന്റെ സജീവ സാന്നിധ്യം ഇന്ത്യയിലെ പുതിയ സിനിമയ്ക്ക് സൈദ്ധാന്തികവും പ്രായോഗികവുമായ ഒരടിത്തറയുണ്ടാക്കുന്നതിൽ സഹായിച്ചിട്ടുണ്ടെന്ന്' പരാമർശവുമുണ്ട്. ഒപ്പം നവസിനിമയുടെ വക്താക്കളായി സത്യജിത് റായി മുതൽ ലെനിൻ രാജേന്ദ്രനും ഗൗതം ഘോഷും വരെയുള്ള സംവിധായകരുടെ ഒരു നീണ്ടനിരതന്നെ അവതരിപ്പിക്കുന്നുമുണ്ട്. ഈ നിരയിൽ ഋത്വിക് ഘട്ടക്കിനും മണി കൗളിനും ജോൺ ഏബ്രഹാമിനും കുമാർ സാഹ്നിക്കും സ്ഥാനം നൽകിയില്ല. 'കമ്പോള ഭാവുകത്വത്തിന്റെ ജ്വരമൂർച്ഛയിൽ' നിന്നും യഥാർത്ഥ ജനകീയ സിനിമയ്ക്ക് അടിത്തറ പാകിയവരുടെ കൂട്ടത്തിൽ ഇവരില്ലാതെ പോയത് സംഘാടകരുടെ നോട്ടപ്പിശകാണെങ്കിൽ അതൊരു അത്ഭുതമാണ്. സിനിമയുടെ ഔദ്യോഗിക-മുഖ്യധാര-അക്കാദമിക ചരിത്രത്തിന്റെ കീഴ്‌വഴക്കങ്ങളെ ലംഘിച്ച ഈ സംവിധായകരെ ഒഴിവാക്കിയ ലഘുലേഖയുടെ സമീപനം ചോദ്യം ചെയ്യപ്പെടേണ്ടതാണ്.

ലഘുലേഖയിലെ 'സിനിമാചരിത്ര'ത്തിലും മേളയിലെ ചിത്രങ്ങളുടെ തിരഞ്ഞെടുപ്പിലും കാണുന്ന പക്ഷപാതപരമായ സമീപനം യാദൃച്ഛികമാണെന്ന് ഞങ്ങൾ കരുതുന്നില്ല. അതുകൊണ്ടുതന്നെ, നമ്മുടേതുപോലുള്ള മൂന്നാം ലോകരാജ്യങ്ങളുടെ കലാ-രാഷ്ട്രീയ-സാംസ്കാരികമേഖലയിൽ അടിച്ചേല്പിക്കപ്പെടുന്ന അയഥാർത്ഥ ചരിത്രനിർമിതിയുടെ തുടർച്ചയായി ഇതിനെ കാണേണ്ടിയിരിക്കുന്നു.

1994

ലഘുലേഖയിൽ ഒപ്പിട്ടവർ:

● ഇളയഭാരതി ● മോഹൻദാസ് എൻ.എൻ. ● പ്രദീപ്കുമാർ ● സുരേഷ്കുമാർ ● മാങ്ങാട് രത്നാകരൻ ● ജി.എൽ.ശരത് ● ഒ.കെ. ജോണി ● പ്രസാദ് ● എം.ടി.നാരായണൻ ● സി. പ്രദീപ് ● രാധാകൃഷ്ണൻ ● ചന്ദ്രമോഹൻ ● മാലിനി ● നിജീന ● നന്ദകുമാർ ● സൗമ്യ ● മിനി ● രതീദേവി ● ഗിരീഷ്കുമാർ ● അൻവർ ● വി.വിനയകുമാർ ● സി. അശോകൻ ● ശ്രീകുമാർ ● ശ്രീനിവാസൻ ● മുത്തലിഫ് ● പത്മകുമാർ ● ഇന്ദു ● ശ്യാം ● പൗലോസ് ● ഷാജി ● രമേശൻ ● ബാലൻ ● സുന്ദർ ● സെൽവം.

www.ingramcontent.com/pod-product-compliance
Lightning Source LLC
LaVergne TN
LVHW041623070526
838199LV00052B/3221
* 9 7 8 9 3 8 7 3 5 7 7 4 7 *